द ५ मिनिटांच्या जादुई सवयी

लेखक
हेमसिंह पटले

ब्लिस्स बुक्स
मुंबई । इंदौर

कॉपीराइट © २०२४ हेमसिंह पटले द्वारे

सर्व हक्क राखीव. या पुस्तकाचा कोणताही भाग कोणत्याही प्रकारे पुनरुत्पादित केला जाऊ शकत नाही.

प्रथम मुद्रण, २०२४

2

अनुक्रमणिका

समर्पण 5

१. माझी गोष्ट 6

२. जीवनाचे ध्येय 9

३. कृतज्ञता व्यक्त करण्याची सवय 12

४. ध्यान आणि ध्यानाची सवय 14

५. पुष्टीकरणाची सवय 16

६. ध्येय ठरविण्याची आणि लिहीण्याची सवय 18

७. रचनात्मक दृष्टीकोनाची सवय (कल्पनात्मक कृतिशीलता) 22

८. दृष्टी फलक(Vision-Board) 24

९. पुस्तक वाचण्याची सवय 25

१०. पहाटे लवकर उठणे(The early bird) 27

११. स्वगुंतवणुकीची सवय 29

१२. ९०/६०/३० मिनिटांची सवय 31

१३. विश्वास ठेवण्याची सवय 33

१४. कृती करण्याची सवय 37

१५. शांत झोपेची सवय 38

१६. विचारण्याची सवय 39

१७. वेळेचे नियोजन करण्याची सवय 41

१८. तणाव घालविण्याची व निर्धाराची सवय 42

१९. आवडीचा परिपूर्ण कोनाडा शोधा 43

२०. स्वयंप्रेरित होण्याची सवय (स्वतःची उर्जाशक्ती उत्पन्न करणे) 44

२१. स्वतःशी सकारात्मक बोलण्याची सवय 46

२२. जास्तीत जास्त देण्याची सवय 48

२३. जबाबदारी घेण्याची सवय 49

२४. क्षमा करण्याची सवय 50

२५. काम त्वरेने करण्याची सवय (लगेच करण्याची सवय(The Habit of Do-it-Now) 51

२६. भितीवर मात करण्याची सवय 53

२७. ऐकण्याची सवय 55

२८. हसत राहण्याची सवय 57

3

२९. आनंदी राहण्याची सवय...........58
३०. पैसे बचत करण्याची सवय............60
३१. संगीत ऐकण्याची सवय...........62
३२. फोटो संग्रहाची सवय...........63
३३. दान करण्याची सवय(उदारपणाची सवय)...........64
३४. रोजनिशी लिहीण्याची सवय...........65
३५. आनंदी वृत्ती ठेवण्याची सवय(लवचिकतेची सवय)...........67
३६. पैसे कमावण्याची सवय...........68
३७. स्वतःच्या आत बघण्याची सवय...........70
३८. मी करु शकतो ची सवय...........71
३९. मोठा विचार करण्याची सवय...........72
४०. यशाची सवय...........73
४१. चांगल्या आरोग्याची सवय...........75
४२. काहीही नकारात्मक नाही ची सवय...........77
४३. चिकाटीची सवय...........78
४४. प्रामाणिक राहण्याची सवय...........80
४५. स्मरणपत्राचे नियोजन करण्याची सवय...........81
४६. ओळख करून घेण्याची आणि त्याच्याशी जोडून घेण्याची सवय (Habit of Networking & Connecting)...........83
४७. अतिविचार करण्याची सवय मोडणे...........85
४८. परिवर्तनशील (लवचिक) रहा पण वचनबध्द रहा...........87
४९. जिंकण्याची सवय...........90
५०. झोपण्याआधीच येणाऱ्या दिवसाचे नियोजन...........92
५१. नाही म्हणायला शिका...........94
५२. सवयींवर लक्ष ठेवण्याची सवय...........95
५३. सवयी आणि मेंदूचा संबंध(नाते)...........97
संदर्भ...........103
तुमच्या संदर्भासाठी निवडलेली पुस्तके...........104

समर्पण

एखाद्याच्या जीवनशैलीवर चांगल्या सवयी काय काय परिणाम करतात हे समजल्यानंतरच हे पुस्तक तयार झाले. चांगल्या सवयी अंगीकारल्यामुळे माझ्या जीवनात नक्कीच चांगले बदल घडून आले. मला असे वाटते आणि माझी अशी प्रार्थना आहे कि माझे पुस्तक प्रत्येकाच्या जीवनामध्ये सकारात्मकता आणेल ज्यांना हे पुस्तक वाचायची इच्छा आहे आणि ज्यांना आयुष्य बदलून टाकणारे अनुभव घ्यायचे आहेत. या पुस्तकात एकूण ५२ (बावन्न) धडे आहेत.

मी प्रेमाने हे पुस्तक माझ्या सर्वांत महत्वाच्या प्रियजनांना म्हणजे माझे आई, वडील, माझी पत्नी रेखा, माझा मुलगा चैतन्य, माझे भाऊ, बहीण आणि माझे इतर कुटुंबीय ज्यांनी माझ्यावर विश्वास टाकला आणि मला प्रेरित / प्रोत्साहित केले. खास करून माझा भाऊ आशीष पाटले त्याचा अमुल्य पाठिंबा आणि प्रेरणा माझ्या पाठीशी होती, ह्या सर्वांना समर्पित करतो.

मी सौ. अश्विनी, योगेश आणि अनीश यांचाही आभारी आहे ज्यांनी या पुस्तकाचे भाषांतर केले आहे. त्यांनी मला मास्टर माईंड (Master Mind) या सगळ्या प्रवासात मार्गदर्शन केले.

मी श्री. अविनाश आनंद सिंग यांचा ही खूप आभारी आहे. ज्यांनी मला ध्येय ठरविण्याचे आणि दूरदृष्टीचे महत्व पटवून दिले.

मला सतत प्रोत्साहन देणारा माझा मित्र परिवार मनोज सोनावणे, संदीप जाधव, सीमा नाईक आणि सागर गर्वे यांचेही खूप आभार.

अनु. कमलाकर, माझे मित्र ज्यांनी मला या पुस्तकात सुधारणा करण्यास मदत केली, ज्यांच्या पाठिंब्याशिवाय हे पुस्तक कधीही पूर्ण झाले नसते. त्यांच्या या अतुल्य पाठबळासाठी त्यांचेही खूप आभार.

पुस्तकाच्या सर्वात शेवटच्या टप्प्यात वाचन करण्यासाठी (Final Proof Reading) पलविंदर कौर यांनीही मदत केली त्यांचेही खूप आभार.

ज्यांनी ज्यांनी मला या पुस्तक लेखनाच्या प्रवासात मदत केली, ज्यांनी माझे परिसंवाद, वेबिनार्स ऐकले आणि मला त्यांची सेवा करता आली, त्या सर्वांचे हार्दिक हार्दिक आभार.

आणि सर्वात शेवटी पण सर्वात महत्वाचे म्हणजे तरुण आणि पेन्मॅन प्रकाशन टीम ज्यांनी माझे पुस्तक प्रकाशित केले त्यांचेही खूप आभार.

१. माझी गोष्ट

माझा जन्म व बालपण मध्य प्रदेशच्या एका छोट्याशा गावात झाला जिथे मी माझे आई वडील व भावंडांसोबत एका कच्च्या घरात राहत होतो.

कच्च घर (लाकडांनी बनवलेलं), छोट्या खोल्या ज्यात अजून कोणीही मावू शकत नव्हतं.

माझे वडील फॉरेस्ट ऑफिसर होते, आणि बऱ्याच वेळा परिवारापासून लांब असायचे. माझ्या आईने सगळी जबाबदारी आपल्या खांद्यावर घेतली कारण जंगला भोवती राहायची तिची इच्छा नव्हती. तिथे शाळा नव्हत्या व तिला तिच्या मुलांच्या शिक्षणाबाबतीत कोणतीही तडजोड करायची नव्हती. ती तिच्या मतांवर ठाम होती आणि माझ्या वडिलांना त्याचा आदर होता.

माझे वडील आम्हाला भेटायला महिन्यातून एकदा यायचे. कधी कधी दोन महिन्यातून एकदा. माझा मोठा भाऊ व मी आमच्या आईला घरगुती कामं करायला मदत करायचो. जसं की घरोघरी जाऊन दूध विकणे.

माझं शिक्षण हिंदी माध्यमातून झालं. शाळेतून आल्यावर मी आमच्या म्हशीला व तिच्या पिल्लाला चारा खायला घेऊन जायचो. मग मी शेणाच्या गोवऱ्या बनवायचो ज्याला हिंदीत 'उपले' असं म्हणतात.

एका लहान गावात राहत असल्यामुळे तिथल्या सरकारी शाळांमध्ये मूलभूत सुविधा नव्हत्या म्हणून मी शाळेत बसायला एक चटई घेऊन जायचो. नंतर त्या सुधारणा झाल्या. मी चौथीत असताना आमच्या शाळेत भाषण स्पर्धा ठेवण्यात आली ज्यात माझ्या मित्राने, सुधीरने भाग घेतला होता. त्याला बक्षीस म्हणून एक वही देण्यात आली होती. तेव्हाच मीही ठरवलं की पुढच्या वर्षी मी सुद्धा त्यात भाग घेईन व मी घेतला. माझ्या भावाच्या मदतीने मी भाषण तयार केल व त्या वर्षी मी जिंकलो. मला पण वही देण्यात आली. त्यामुळे माझ्या लक्षात आलं की वेगवेगळ्या कार्यात भाग घेण्याची क्षमता माझ्यात आहे.

दहावीचं वर्ष असतांना दुसऱ्या शहरात जाणं माझ्यासाठी कठीण होतं. तरीही मी खूप अभ्यास करुन वर्गात पहिला आलो. मी एक लाजाळू व अंतर्मुख मुलगा होतो व त्यामुळे माझा परस्पर संवाद कमी होता.

माझा अभ्यासात आत्मविश्वास वाढला व बारावीत मी बालाघाट जिल्ह्यात उत्तम आलो मला अभिनंदन करायला स्थानिक मीडिया आली होती. सुरुवातीला मला भिती वाटत होती पण मला जमलं.

आयुष्य आता बदलत होतं, चांगल्यासाठी. मी माझ्या करियर बाबत अनिश्चीत होतो. मला अभ्यास करायचा होता व मी हे डोक्यात ठेवायचो की मला चांगला पगार असलेली नोकरी मिळवायची आहे आणि घरी मदत करायची आहे.

२००१ मध्ये इंजीनीयरींगचे मजबूत पाऊल होते आणि खूप लोकांनी वेगवेगळे अभ्यासक्रम घेतले होते. पुढील शिक्षणासाठी मी इंदौरला स्थलांतर केलं. रोज २० किलोमीटर प्रवास करुन मी प्रशिक्षण केंद्राला जात होतो. मला चांगलं शिक्षण घ्यायच होतं.

मी खूप अभ्यास केला आणि २००२ मध्ये मेकॅनिकल इंजीनियरींग (Mechanical Engineering) मध्ये नोंदणी केली.

फक्त मला मागे धरुन ठेवत होतं इंग्रजी. कारण माझं शिक्षण हिंदीत झालेलं होतं. आत्मविश्वासाची खूप गरज होती, तरीही मी ४ वर्ष खूप अभ्यास केला, अव्वल आलो. मला एका ऑटोमोबाईल कंपनी मध्ये जागा मिळाली. दैनंदिन जीवन सुरु असताना माझ्या लक्षात आलं की मी तोच माणूस आहे, पण आत्मविश्वास आता जास्त आहे.

नवीन असतानाच माझ्या हातात चांगल्या ऑफर आल्या आणि त्यातली एक मी घेतली ज्यात जास्त पैसे मिळत होते. मी भरपूर प्रवास करुन रात्र पाळीची नोकरी केली.

एका वर्षानंतर मला अजून एक ऑफर आली आणि गुडगाँवला स्थलांतर केलं. त्यानंतर अजून एक आली, म्हणजेच मला एका शहरातून दुसऱ्या. नवीन लोकांना भेटत नवीन आयुष्य आपलं करुन घ्यायचं होतं.

माझ्या ११ वर्षांच्या व्यावसायिक जीवनात मी शिडी चढलो. चांगले अनुभव आले, ज्ञान प्राप्त झालं आणि चांगलंच करतोय. फक्त काय चुकलं ते लोकांसमोर बोलण्याचं धाडस व्यक्त होणं. नेहमी थोडं फार करायचो पण इंग्रजीत बोलणं अपेक्षित होतं. मला याबद्दल स्वतःवर काम करायचं होतं इंग्रजी शिकायचंच होतं म्हणून मी मागे पाहणार नव्हतो. असा सुरु झाला माझा स्वसुधारणेचा प्रवास.

हे पुस्तक लिहिण्याचे कारण :

लहानपणापासून मी जीवनात येणाऱ्या बऱ्याचशा आव्हानातून गेलो आहे. हे सगळं कधीच सोपं नव्हतं, विशेषतः इंग्रजी सोबत अगदी शालेय दिवसांपासून ते महाविद्यालयीन दिवसांपर्यंत. काही वेळा इंजिनियरिंग कॉलेजमध्ये लेक्चर मध्ये काय शिकवलं जायचं हे समजणं ही कठीण होतं, कारण प्रत्येक विषय इंग्रजीमधून शिकवला जायचा. मला समजून घेण्याच्या धडपडीत हरवल्यासारखे वाटायचे आणि मला चांगले राहण्याची भिती वाटायची. पण हळूहळू मी माझ्या इंजिनिअरींगच्या परिक्षा चांगल्या निकालासह उत्तीर्ण झालो.

हे पुस्तक म्हणजे त्या लोकांसाठी माझा मनापासून असलेला प्रयत्न आहे ज्यांना त्यांच्या जीवनामध्ये काही सकारात्मक बदल घडवायचे आहेत तेही काही चांगल्या सवयी लावून आणि काही वाईट सवयी पुसून ज्यांना सार्वजनिक ठिकाणी बोलण्याच्या भितीवर मात करायची आहे, ज्यांना स्वतःला बढती द्यायची आहे, सकारात्मक विश्वासासह सुसज्ज व्हायचे आहे, ज्यांना आत्मविश्वास दृढ करायचा आहे, ज्यांचा छोट्या पण चांगल्या फायदेशीर सवयी अंमलात आणून त्यांचा सराव करुन त्यांचे आयुष्य आश्चर्यकारक मार्गाने बदलायचे आहे.

कामाची वेळ संपल्यानंतर किंवा कामावर निघण्यापूर्वी बरेच काही करता येते. हा फक्त विश्वास आहे जो आपण आपल्यासोबत घेऊन जातो. आपण अगदी सोप्या रीतीने सवयी लावून घेऊ शकतो. आपली आवड उघड करा आणि इतर कोणत्याही व्यक्तीच्या परिवर्तनात योगदान द्या.

२. जीवनाचे ध्येय

"तुमच्या जीवनातील उद्देश हा तुमचा उद्देश शोधणे आणि तुमच्या संपूर्ण हृदय आणि आत्म्याला जोडणे."

- गौतम बुध्द

तुमच्या जीवनाचे ध्येय काय आहे? आम्हाला लहानपणापासून हे बिंबवण्यात येते की तुम्ही चांगला अभ्यास करा, भरपूर कमवा आणि कुटुंबाकडे लक्ष द्या. म्हणजे आपल्या खांद्यावर जबाबदारी घ्या.

आयुष्यात काय ध्येय असावं ? असं कुणीही कधी सांगत नाही किंवा कुणीही त्याबद्दल विचारलं नाही, त्यासाठी काय करायला हवं ? हे ही कुणी सांगितले नाही.

"जीवनाला उद्देश असणे" ह्यावर माझा ठाम विश्वास आहे. कुणाच्या तरी जीवनात बदल घडवणे समाजामध्ये, देशामध्ये आणि जगामध्ये काही चांगले बदल घडवणे, हो... हळूहळू हे सगळं होईल, काही चांगल्या सवयी आत्मसात करुन वाईट गोष्टी पुसून टाकणे ही मनापासूनची इच्छा होती.

हे सर्व एका छोट्या चांगल्या कृतीने सुरु होते जे कालांतराने मोठे बनते.

मला माझ्या आयुष्याचा उद्देश कसा मिळाला हे मला इथे सांगायला आवडेल. लहानपणापासूनच संकटांना तोंड द्यावे लागले तरी, माझे शिक्षण चांगल्या पध्दतीने झाले. शिक्षणासाठी संघर्ष केला, चांगली नोकरी मिळाली आणि व्यावसायिक जीवनात चांगली प्रगती केली. पण काहीतरी चुकत होते आणि मी विचार करत राहिलो मला असे का वाटते? ती एक पोकळ भावना होती, एक अशी भावना जिने मला माझ्या प्रश्नाचे उत्तर शोधायला भाग पाडले आणि मला माहीत होते ते उत्तर शोधण्यासाठी मला खूप खोलवर जावे लागेल. हे करत असताना मला जाणवले माझा आत्मविश्वास कमी आहे. मी स्वतःला त्या मार्गाने नेऊ शकलो नाही, मी स्वतःवर शंका घेऊ लागलो. कौशल्यांचा अभाव आणि हे सगळं असं होतं कारण मी इंग्रजी भाषेमध्ये चांगला पारंगत नव्हतो.

एका प्रसंगाने माझे आयुष्य बदलून टाकले, जेव्हा मी एका सलून मध्ये होतो, तिथे एक पत्रक पडलेले होते जे कौशल्य मिळवण्यावर होते. मी तिथे नमूद केलेल्या क्रमांकावर फोन केला आणि त्या क्लास संबंधी चौकशी केली. मी तिथे प्रवेश घेतला, हो... कामाच्या वेळेनंतर हा क्लास आणि ते लेक्चर्स करणं कठीण होतं, म्हणून "Class on Call" ह्या गोष्टीला निवडलं कारण तो एक सोपा पर्याय होता आणि हे तेच होतं. मला वाटलं मला माझा जीवनाचा उद्देश सापडला आहे.

आतून आलेल्या आवाजाबद्दल विचार करा : जसा आपल्या सर्वांचा असतो तसाच सर्वशक्तिमान ईश्वरावर माझा पूर्ण विश्वास होता. कधीतरी आपण आपला आतला आवाज अनुभवतो. आतून आवाज येतो पण आपला त्याच्याकडे लक्ष न देण्याचा कल असतो कारण आपण आपल्या जीवनात व्यस्त असतो आणि आपण खरोखर आपल्या स्वतःकडे लक्ष देत नसतो.

असं म्हटलं जातं कि विश्वाने आपल्या सर्वांना मानवजातीसाठी काही कार्ये सोपवली आहेत आणि आपण जोपर्यंत या पृथ्वीवर राहत आहोत तोपर्यंतच ती पूर्ण केली पाहिजेत. तुम्हाला तुमच्या अंतर्मनाशी जोडण्यासाठी फक्त थोड्याशा सरावाची गरज आहे आणि हे तेव्हाच होईल जेव्हा तुम्ही तुमचा आतला आवाज ओळखाल.

मला माझ्या आतल्या आवाजाबद्दल आश्चर्य वाटायचे की देवाने माझ्यासाठी काय भेट पाठवली आहे जी मला ओळखता येत नाहिये आणि हो.. ती ओळखायला थोडा वेळ लागतोय आणि एकदा का तुम्ही तो ओळखला की तुमच्या लपलेल्या प्रतिभेचे (कौशल्यांचे) पालनपोषण, संगोपन करणे तुमच्या हातात असते, तुमच्या शक्तीवर काम करणे ज्यामुळे हळूहळू तुमची दुबर्लता कमी होते.

मी माझ्या शालेय आणि महाविद्यालयीन शिक्षणात चांगला होतो, व्यावसायिक जीवनातही मी चांगले कार्य करत आहे. वाचणे आणि त्या वाचण्यातून काहीतरी शिकणे ही माझी आवड आहे.

आपण सगळे काही चांगल्या वाईट गुणविशेषांसकट जन्माला येतो; असे असले तरी आपल्यासाठी शक्ती आणि कमजोरी काय आहे? आपल्यासाठी काय चांगले आहे? कशामुळे आपण यशापर्यंत पोचू शकत नाही? हे ओळखायला आपल्याला वेळ लागतो. तुमची उत्तरं शोधण्याचा एकमेव मार्ग आहे तो म्हणजे आत्मनिरिक्षण आणि पूर्वनिरीक्षण, मग तुम्हाला जाणवेल कि तुम्ही जे शोधत आहात तेच तुम्हाला शोधत आहे.

एकदा का तुम्हाला तुमचा "आतला आवाज" सापडला, तुम्ही तुमच्या आयुष्यातील स्थित्यंतराकडे विस्मयकारक नजरेनी पाहू लागाल. म्हणून जेव्हा जेव्हा वेळ मिळेल तेव्हा स्वतःशी बोला, तुम्हाला तुमच्या दैनंदिन जीवनातला उद्देशही सापडेल.

"एक विजेता तो असतो जो त्याला मिळालेली दैवी देणगी ओळखतो, तीच कौशल्ये विकसित करण्यासाठी प्रचंड काम करतो आणि त्या कौशल्यांचा वापर त्याचे ध्येय पूर्ण करण्यासाठी करतो"

- लॅरी बर्ड (NBA - एक भूतपूर्व अमेरिकन बास्केट बॉल खेळाडू आणि प्रशिक्षक)

माझा प्रवास –

आतापर्यंत तुम्हाला माझी पार्श्वभूमी कळली असेलच. माझा दिवस सकाळी लवकर ध्यानाने सुरु होतो आणि त्यानंतर दिवसभराच्या बाकीच्या गोष्टी होतात.

मी माझी प्रेरणादायी वाचन, स्व. मदत पुस्तके वाचणे, इंग्रजी चित्रपट बघण्याची सवय विकसित केली जेणेकरुन माझे संवाद कौशल्य सुधारेल. दोन्ही गोष्टीमुळे मला खूप मदत झाली.

माझा नवीन प्रवास सुरु झाला, जेव्हा मी नवीन नोकरीसाठी जयपूरहून चेन्नईला राहायला गेलो. मी ज्या कंपनीत सामील झालो तेथे ऑटोमोबाईल उद्योगातील मोठे खेळाडू होते ज्यांची जगभरात पोहोच होती.

एप्रिल २०१८ मध्ये एका पुस्तक प्रकाशकाने आयोजित केलेल्या परिसंवादाला हजर राहण्याची संधी मला मिळाली.

त्या परिसंवादात उच्चभ्रू बी. एन. आय. विभागातील लोकांची गर्दी सुध्दा दिसली. पण सगळ्यात मोठे आकर्षण होते ते श्री. जॅक कॅनफिल्ड (एक अमेरिकन लेखक, चिकन सूप फॉर द सील चे सहलेखक, प्रेरणादायी वक्ते, प्रशिक्षक आणि व्यावसायिक).

सेमिनारमध्ये सहभागी झालेले लोक नेटवर्किंग मध्ये अत्यंत कुशल होते आणि त्यांचा व्यवसाय पुढील स्तरावर नेण्याच्या आवेशात होते. मला या परिसंवादाला उपस्थित राहण्याची अद्‌भुत संधी दिल्याबद्दल मी देवाचे आभार मानले. हे तेव्हाच घडले जेव्हा मला जाणवले की आपण आपल्या नेहमीच्या जीवनात मग्न आहोत; आपणा सगळ्यांना आपल्या आरामाच्या दुनियेतून बाहेर पडायचेच नाही आणि अजून काहीतरी सार्थ करुन दाखवायचे नाही.

मी माझ्या सवयी कशा जोपासल्या?

मी माझ्या वर्तनाचे, सवयींचे निरीक्षण करायला सुरुवात केली. मी छोट्या छोट्या क्रिया करायला सुरुवात केली, काही मिनिटांतच काम संपवण्याचा प्रयत्न केला आणि त्यामुळे मला माझं काम पूर्ण करणे जास्त सोपे झाले, मला आधी हे सगळं कठीण वाटलं, पण नंतर हळूहळू मी त्या कलेमध्ये प्रभुत्व मिळविले.

३. कृतज्ञता व्यक्त करण्याची सवय

यावरून मला ओपरा विन्फ्रे (प्रसिध्द टीव्ही व्यक्तीमत्व, अभिनेत्री आणि उद्योजिका) यांचे दोन अतिशय छान विचार आठवतात -

"जितकी जास्त मी कृतज्ञ राहते तितके जास्त मला मिळत जाते. ते फक्त त्यामुळेच की ज्याच्यावर तुम्ही जास्त लक्ष केंद्रित करता ते वाढत जातं. जेव्हा तुम्ही जीवनातल्या चांगल्या गोष्टींकडे लक्ष केंद्रित करता, तुम्ही ते अजून जास्त तयार करता." "तुमच्याकडे जे आहे त्यासाठी कृतज्ञ रहा, तुम्हाला अजून जास्त मिळत जाईल. जर तुम्ही जे नाही त्याकडे लक्ष द्याल तर तुम्हाला कधीच ते पुरेसं मिळणार नाही." - निनावी

तुम्ही तुमचा सकाळच्या वेळ कसा उपयोगात आणता, सकाळच्या वेळेत तुम्ही काय करता ते महत्वाचं आहे. मला ही सवय होती, बहुतेक आपल्या सगळ्यांची आहे ती म्हणजे आपले मोबाईल फोन चेक करणे. मग ते मेसेजेस असो किंवा बातम्या असोत. मला बातम्या वाचायची सवय असल्यामुळे माझी इंग्रजी भाषा सुधारण्यासाठी मदत झाली, इंग्रजी भाषेवर प्रभुत्व मिळण्यासाठी मदत झाली, आणि जगातल्या चालू घडामोडी कळण्यासाठीही मदत झाली.

मी कुणाकडून तरी कृतज्ञता व्यक्त करण्याविषयी ऐकले होते आणि वाचले ही होते; हळूहळू मी ही त्याविषयी सराव सुरु केला.

आपण सगळे खूप व्यस्त जीवन जगत आहोत आणि कुठलीही गोष्ट आपल्या बाजूने नसली की आपण त्याबद्दल तक्रार करतो हा मनुष्य स्वभाव आहे. आपण आपल्याकडे जे आहे ते दिल्याबद्दल ईश्वराचे आभार मानायचे विसरतो. आपल्याकडे जे आहे त्यासाठी आपण धन्य आहोत, पण इतर लोक मुलभूत गरजांपासूनही वंचित असतात. दररोज देवाचे आभार मानून कृतज्ञता का व्यक्त करु नये? मी देवाप्रती खूप कृतज्ञ आहे, मी निरोगी आहे. मला आणि माझ्या कुटुंबाला सुरक्षित ठेवल्याबद्दल मी देवाचा खूप आभारी आहे, ही सुंदर सकाळ दाखवल्याबद्दल आभारी आहे. माझ्या ध्येयाचे प्रकटीकरण करण्यास मदत केल्याबद्दल मी या विश्वाचा (Universe) खूप आभारी आहे. माझ्या जीवनात असलेल्या माणसांसाठी आणि सगळ्या गोष्टींसाठी मी त्या दैवीशक्तीचा आभारी आहे.

कृतज्ञता ही एक कृती आहे किंवा वृत्ती आहे. आभार मानण्यासाठी किंवा कौतुक करण्याची कृतज्ञता व्यक्त करणे म्हणजे एखाद्याने त्या सर्वशक्तिमान देवाचे (शक्तीचे) प्रत्येक गोष्ट दिल्याबद्दल आभार मानणे आणि त्याची प्रशंसा करणे. प्रत्येक जण आपल्या माणसांबद्दल आणि असलेल्या गोष्टींबद्दल कृतज्ञता व्यक्त करु शकतो, ही सवय होण्यासाठी फार वेळ लागत नाही. रोज नवा दिवस दाखवल्याबद्दल आपल्याला देवाचे

आभार मानलेच पाहिजे, कारण की बरेच जण असे असतात ज्यांना येणारी सकाळ दिसत नाही.

प्रत्येकाचे आभार मानण्याची आणि कृतज्ञता व्यक्त करण्याची सवय करुन घ्या. तुमचे आईवडिल, तुमचे कुटुंबीय आणि ज्यांनी तुम्हाला तुमच्या जीवन प्रवासात मदत केली. तुमच्या जीवनात असलेल्या प्रत्येक गोष्टींसाठी कृतज्ञता व्यक्त करणे आणि कृतज्ञ राहणे हे तुमच्या जीवनात प्रचंड बदल घडवून आणतात. हजारो अभ्यासावरुन हे सिध्द झालं आहे की कृतज्ञतेचा सराव केल्याने ताण कमी व्हायला मदत होते आणि एखाद्याला खूप जास्त आशावादी आणि कमी चिंताग्रस्त वाटतं. जेव्हा आपण प्रत्येक गोष्टींची प्रशंसा करतो, प्रत्येक गोष्टींविषयी कृतज्ञता व्यक्त करतो तेव्हा आपला मेंदू "डोपामाईन" (Dopamine) आणि सिरोटॉनिन (Crucial Neurotransmitter) (चेतातंतूच्या टोकाला तयार होणारे रसायन) ज्यामुळे आपल्याला आनंदी आणि छान वाटते.

आपल्या आयुष्यातल्या प्रत्येक आनंदी आणि दुःखी प्रसंगांचा विचार करा, ह्या सगळ्याविषयी आभार माना कारण वाईट प्रसंगांनी तुम्हाला बरेच काही शिकवले तर आनंदी प्रसंगामुळे तुमच्या चेहऱ्यावर हसू आणले. तुमच्याकडे असलेल्या कामाबद्दल कृतज्ञ रहा, बरेच जण यासाठी अजूनही आटापिटा करतात.

आज तुमच्या डोक्यावर छत आहे, तुमच्या ताटात अन्न आहे, तुमच्याकडे चांगली नोकरी आहे, तुमच्याकडे इतकी चांगली माणसं आहेत जी तुमच्या बाजूने उभे राहतात. नेहमीच या प्रत्येक गोष्टीसाठी कृतज्ञ रहा.

मी जे शिकलो आणि शिकत आहे त्यासाठी खूप आभारी आहे. मी या धरणीमातेचा खूप आभारी आहे जे आपल्या डोक्यावर एवढा भार घेतला आहे.

कृतज्ञतेचा सराव करण्यासाठी कुठली चांगली वेळ असते का? कुठल्याही वेळी तुम्ही कृतज्ञता व्यक्त करु शकता आणि तीच खरी चांगली वेळ असू शकते!

तुमच्या दिवसाची सुरुवात आणि शेवट कृतज्ञतेने करा.

प्रेरित कृती -

तुमच्या कृतज्ञतेची एक रोजनिशी तयार करा आणि प्रत्येक दिवशी तुमच्याकडे असलेल्या तीन गोष्टींसाठी तुम्ही कृतज्ञ आहात आणि होतात हे लिहून काढा.

४. ध्यान आणि ध्यानाची सवय

"जर तुम्ही रोज ध्यान केलं आणि वर्षानुवर्षे करत राहिलात तर तुमच्या मनावर तसेच राग, द्वेष यावर ताबा ठेऊ शकता. या सगळ्या गोष्टींवर अंकुश ठेवण्यासाठी ध्यान ही अतिशय उपयुक्त अशी गोष्ट आहे."

- स्वामी विवेकानंद (रामकृष्ण परमहंस यांचे शिष्य आणि रामकृष्ण मठाचे संस्थापक)

महादेव - मी माझ्या तरुणपणी महादेव यांची पूजा आणि नामस्मरण करायचो. जसजसं मी आयुष्यामध्ये व्यस्त होत गेलो तसतसं ध्यान करायला वेळ कमी

पडत गेला. २०१८ पासून मी पूजा आणि ध्यान परत सुरु केलं आणि या गोष्टीला मी माझी सकाळची सवय बनवली जी अजूनही आहे. या सवयीमुळे स्वतःवर लक्ष केंद्रित करण्यास आणि डोकं शांत ठेवण्यास खूप मदत होते. डोकं शांत राहिल्याने आपले विचार स्पष्ट होतात, त्यावर आपण ताबा ठेऊ शकतो आणि चिंतामुक्त राहू शकतो.

ध्यान केल्याने आयुष्यातल्या सगळ्या नकारात्मक विचारांपासून सुटका होते आणि मनःशांती प्राप्त होते.

सुरुवातीला तुम्ही लक्ष केंद्रित करु शकणार नाही, पण तुम्ही रोज ध्यानाचा सराव करुन त्याची जर सवय बनवली तर तुम्ही खोल पातळीपर्यंत पोहचू शकाल. हे सगळं सरावाने शक्य होईल.

आपण प्रसार माध्यमांवर (सोशल मेडिया) जो वेळ घालवतो ज्याला आपण स्क्रिन टाईम (Screen Time) असं म्हणू शकता, ज्या गोष्टींपासून खूप काही मिळत नाही, हे सगळं करण्याऐवजी तुम्ही पाच मिनिटे ध्यान करा जे कालांतराने तुम्ही वाढवू शकता.

ध्यान हे वेगवेगळ्या प्रकारचे असते. कुठल्या प्रकारचे ध्यान हे आपल्यासाठी उपयोगी / फायदेशीर आहे हे आपण ठरवू शकतो.

सहसा लोक सकाळी ध्यान करण्याला महत्व देतात पण, मनुष्य त्याच्या मोकळ्या वेळाप्रमाणे / सवडीप्रमाणे कधीही ध्यान करु शकतो मग ते सकाळी, दुपारी किंवा रात्री ही असो. कुणीही महटलेले नाही, की आपण आपले सर्व सामान्य जीवन सोडून साधू व्हा. कुणीही अगदी सगळेही ध्यान करु शकतात.

आपल्याला आपल्या व्यस्त दिनक्रमामधून फक्त पाच मिनिटे काढून एका शांत ठिकाणी बसायचे आहे जिथे तुम्ही फक्त स्वतःचे असता आणि तुमच्या श्वासोच्छवासावर लक्ष केंद्रित करता.

श्वास घ्या आणि कल्पना करा कि श्वास घेताना तुम्ही प्रेम, आनंद, सुस्वास्थ्य, शांती पण आत घेत आहात. ३-५ सेकंद श्वास धरून ठेवा आणि तो नंतर तोंडाद्वारे सोडा.

ज्या क्षणी तुम्ही तो श्वास बाहेर सोडता त्याबरोबर तुम्ही तुमच्या चिंता, ताण, भीती, शंका, अपयश आणि नकारात्मक विचार सुद्धा बाहेर सोडत आहात. आपल्या फुप्फुसांना तो हलकेपणा जाणवू द्या.

तुम्ही कुठल्याही एका सकारात्मक विचारावर किंवा एखाद्या गोष्टीवर लक्ष केंद्रित करुन याचा सराव करु शकता.

ध्यान करत असताना तुमचे मन भटकणे साहजिकच आहे. जे विचार आणि चिंता तुमच्या डोक्यात आहेत ते तुम्हाला त्रास देत राहतील हे स्वाभाविक आहे, हळूहळू तुम्ही या भटकणाऱ्या विचारांना आपल्यापासून लांब कराल आणि अंतर्मनापर्यंत पोहचू शकाल. काहीही विचार न करता एक मिनिटापासून सुरुवात करा आणि ती वेळ हळूहळू वाढवा मग एक दिवस तुम्ही तुम्हाला त्या दिव्य शक्ती बरोबर जुळवू शकाल.

अमेरिकन लेखक आणि प्रेरणादायी वक्ता झिग झिगलार म्हणतात,की "तुम्हाला सुरु करायला महानता नाही पण तुम्हाला महान होण्यासाठी सुरुवात करावी लागेल."

जेव्हा आपण आपलं गोंधळलेलं मन शांत करायला जातो तेव्हा आपण वेगवेगळ्या आव्हानांना सामोरं जात असतो, जे फक्त ध्यानानेच साध्य होऊ

शकेल.

प्रेरित कृती -

एक सुखी, समाधानी आयुष्यासाठी दिवसभरातून फक्त पाच मिनिटे वेळ काढून ध्यान केले पाहिजे.

५. पुष्टीकरणाची सवय

"पुष्टीकरणाच्या पुनरावृत्ती मुळे विश्वास तयार होतो. मग त्या विश्वासाची खात्री होते आणि गोष्टींची सुरुवात होते."

-मुहम्मद अली

पुष्टीकरण म्हणजेच सकारात्मक विचार करायची प्रक्रिया, ज्याची मदत पुढे चालून स्वतःच्या सक्षमीकरणात होते.

आपण आपले पुष्टीकरण आपल्या हिशोबानी डिझाईन करु शकतो. तज्ञ लोकं म्हणतात की फक्त पुष्टीकरणामुळे माणूस आपली विचार प्रणाली

पूर्णपणे बदलू शकतो.

गेल्या काही वर्षांत आपण स्वतःला मर्यादित करत जातोय, बऱ्याच परिस्थितीमुळे आपण नकारात्मक विचाराची सुरुवात करतो आणि तो आपल्या जीवनशैलीचा भाग होऊन जातो.

आपण सराव करुन गोष्टी शिकतो आणि तसेच पुष्टीकरणाची सुरुवात सुद्धा, ज्याने सकारात्मक विचारांची निर्मिती होते.

पुष्टीकरणाचा सराव करण्यासाठी सर्वोत्तम पर्याय म्हणजे आरशासमोर उभे राहून स्वतःकडे पाहून हसत म्हणणे हा आहे.

स्वतःची प्रशंसा ही पुष्टीकरणामुळे जागी होते व आपल्या मनातील सगळ्या नकारात्मक विचारांचा नाश होतो.

त्याचा सराव मी स्वतः केला आहे आणि मी ते ठामपणे सांगू शकतो की त्यामुळे तुमच्या मनातली भीती घालवू शकता आणि तुमच्या मनात चाललेला

गोंधळ कमी करू शकता.

'पुष्टीकरण' हे तुम्ही हवं तेव्हा करु शकता. त्याला वेळेचं बंधन नाही.

तुम्ही आरोग्य, संपत्ती, नातेसंबंध आणि करिअर या सगळ्यांचे पुष्टीकरण करु शकता.

पुष्टीकरण हे वर्तमानकाळातच केले पाहिजे आणि ते करताना आपण अशी कल्पना करा की ते आपल्यासोबत आत्ताच होतंय.

उदाहरणार्थ :-

"मी पुरेसा आहे."

"मी निरोगी आहे."

"मी पैशांचे चुंबक आहे."

"मी थांबणार नाही."

"माझं स्वतःवर खूप प्रेम आहे."

"माझं संवाद कौशल्य उत्तम आहे."

मुळात पुष्टीकरण हे सुचवते की तुम्ही तुमचं अस्तित्व जगत आहात.

प्रेरित कृती -

स्वतःच्या पाच नकारात्मक विचारांची यादी बनवा आणि त्यावर पुष्टीकरण करुन सकारात्मक विचार तयार करा.

६. ध्येय ठरविण्याची आणि लिहीण्याची सवय

"ध्येय हे स्वप्नाची अंतिम मुदत असते."

- नेपोलियन हिल ('थिंक ॲन्ड ग्रो रिच' चे प्रसिध्द लेखक)

आपण सतत लोकांना हे सांगताना ऐकत असतो की त्यांची काही ध्येय आहेत. काय असावीत ती ध्येय? आणि ती का पहावीत?

'ध्येयं ठरविणे' म्हणजे काय असतं हे मला माहित नव्हतं पण मी यावर ठाम होतो की आपल्याला आयुष्यात काहीतरी चांगलंच करायचं आहे. पण कसं?

कॉलेजमधला एक प्रसंग आठवतो. आमच्या एका प्राध्यापकांनी आम्हाला आमच्या आयुष्यातली ध्येयं ठरवायला सांगितले. पण मला असं नेहमी वाटायचं की ही संकल्पना फक्त श्रीमंत लोकांसाठीच असते. पण मी चुकीचा होतो हे माझ्या लगेच लक्षात आलं. आपण सगळ्यांनी आपल्या आयुष्यात ध्येय हे ठरवलंच पाहिजे.

"ध्येय ही एक अशी गोष्ट आहे जिचा पाठपुरावा आपण स्वप्नपूर्ती / ध्येयपूर्ती होईपर्यंत करतो."

हे वाक्य आपल्याला 'जॅक कॅनफिल्ड' यांच्या 'द पॉवर ऑफ फोकस' या पुस्तकात सापडेल.

जर या वाक्याचा आपण अर्थ लावण्याचा प्रयत्न केला तर आपल्या लक्षात येईल, की ध्येयाचा पाठपुरावा करण्यासाठी आपल्याला बऱ्याच अडचणींना सामोरे जावे लागते आणि यात आपण केलेल्या मेहनतीचा फायदा होतोच. पण जोवर ध्येयपूर्ती होत नाही तोवर प्रयत्न करत रहा. काहीच सोप्पं नसतं. पण जर तुमच्याकडे ध्येय ठरविण्याची हिंमत असेल तर तुम्हाला कोणीच अडवू शकत नाही. तुमचे ध्येय हे एखादया GPS (जीपीएस) सारखे असते जे तुम्हाला आयुष्यात कुठे आणि कसे जायचे याचा मार्ग दाखवतात. त्याच्याशिवाय माणूस दिशाहीन होतो.

मी माझ्या गुरुंकडे शिकलेल्या सात पायऱ्या

१) आरोग्याचे ध्येय

२) संपत्तीचे ध्येय

३) परिवाराचे ध्येय

४) अध्यात्मिक ध्येय

५) करिअरचे ध्येय

६) स्वतःचे ध्येय

७) नात्यांचे ध्येय

'आरोग्य हिच संपत्ती आहे' हे आपल्याला माहितच आहे आणि ह्यालाच मी प्राधान्य देतो. मानसिक आणि शारिरिक दोन्ही आरोग्य अत्यंत महत्वाचे आहेत. आजकालच्या धकाधकीच्या आणि चढाओढीच्या जीवनात शारिरिक आरोग्य जोपर्यंत ते चिंताजनक बनत नाही तोपर्यंत आपण त्याच्याकडे दुर्लक्ष करतो. आपण आपल्या व्यस्त दिनक्रमातून वेळ काढू शकतो आणि तो काढायलाच हवा कारण शरीर स्वास्थ्य हे आपल्या चांगल्या आयुष्यासाठी महत्वाचे आहे. शरीर स्वास्थ्याकडे दुर्लक्ष करुन आपल्याला हे हवे आहे त्याच्याकडे धावणं हे निरर्थक आहे. माणूस जर शारीरिकरित्या स्वस्थ असेल तर तो आयुष्यात हवे ते मिळवू शकतो.

जेव्हा तुम्ही तुमच्या ध्येयांचा विचार करता तेव्हा लक्षात असूद्या की तुमचे ध्येय "SMART" (प्रगल्भ) असले पाहिजे. हे सगळे साध्य करण्यासाठी जर कुठली क्रिया तुम्हाला बळ देत असेल तर ती आहे रोजच्या रोज ध्येय लिहिणे आणि आपला दिनक्रम ठरविणे. "SMART" ध्येय पुढीलप्रमाणे असू शकते.

१) तुमचे ध्येय विशिष्ट असले पाहिजे (Specific)

२) तुमचे ध्येय मोजण्या योग्य असावे (Measurable)

३) तुमचे ध्येय साध्य करण्यायोग्य असावे (Achievable)

४) तुमचे ध्येय वास्तववादी असावे (Realistic)

५) तुमचे ध्येय वेळेत पुर्ण करण्यायोग्य असावे (Time) ३) परिवाराचे ध्येय

४) अध्यात्मिक ध्येय

५) करिअरचे ध्येय

६) स्वतःचे ध्येय

७) नात्यांचे ध्येय

'आरोग्य हिच संपत्ती आहे' हे आपल्याला माहितच आहे आणि ह्यालाच मी प्राधान्य देतो. मानसिक आणि शारिरिक दोन्ही आरोग्य अत्यंत महत्वाचे आहेत. आजकालच्या धकाधकीच्या आणि चढाओढीच्या जीवनात शारिरिक आरोग्य जोपर्यंत ते चिंताजनक बनत नाही तोपर्यंत आपण त्याच्याकडे दुर्लक्ष करतो. आपण आपल्या व्यस्त दिनक्रमातून वेळ काढू शकतो आणि तो काढायलाच हवा कारण शरीर स्वास्थ्य हे आपल्या चांगल्या आयुष्यासाठी महत्वाचे आहे. शरीर स्वास्थ्याकडे दुर्लक्ष करुन आपल्याला हे हवे आहे त्याच्याकडे धावणं हे निरर्थक आहे. माणूस जर शारीरिकरित्या स्वस्थ असेल तर तो आयुष्यात हवे ते मिळवू शकतो.

जेव्हा तुम्ही तुमच्या ध्येयांचा विचार करता तेव्हा लक्षात असूद्या की तुमचे ध्येय "SMART" (प्रगल्भ) असले पाहिजे. हे सगळे साध्य करण्यासाठी जर कुठली क्रिया तुम्हाला बळ देत असेल तर ती आहे रोजच्या रोज ध्येय लिहिणे आणि आपला दिनक्रम ठरविणे. "SMART" ध्येय पुढीलप्रमाणे असू शकते.

१) तुमचे ध्येय विशिष्ट असले पाहिजे (Specific)

२) तुमचे ध्येय मोजण्या योग्य असावे (Measurable)

३) तुमचे ध्येय साध्य करण्यायोग्य असावे (Achievable)

४) तुमचे ध्येय वास्तववादी असावे (Realistic)

५) तुमचे ध्येय वेळेत पुर्ण करण्यायोग्य असावे (Time)

ध्येय कसे लिहावे?

सुरुवात छोट्या छोट्या स्वप्नांपासून करा आणि सकारात्मक विचार कल्पनेतून ती स्वप्नं पूर्ण होत आहेत असे विचार करा. या सरावामुळे तुम्हाला मोठी ध्येय बघण्याची सवय लागेल आणि ती पूर्ण कशी करायची हे हळूहळू समजेल. त्यासाठी तुम्ही तारीख आणि वेळ ठरवून ठेवू शकता. आपण 'हुना' (Huna) तत्वज्ञान ह्याचा सराव करु शकता जे एक हवाईयन तत्वज्ञान जे असे सांगते "Bless that which you want" ज्याचा अर्थ असा होतो की जे तुम्हाला हवंय त्यासाठी तुम्ही धन्य असलं पाहिजे.

अशा पध्दतीने सराव केल्यास तुमची ध्येयं खरी होताना दिसतील. याला तुमची सवय करा. आपले ध्येय लिहिणे म्हणजेच “हीच माझ्या आयुष्यातली सगळ्यात मोठी गोष्ट आहे” असा विचार तुमच्या डोक्यात येणे.

- ध्येय नाही तर प्रगती नाही.
- स्पष्टता नाही तर बदल नाही.
- तुमच्या स्वप्नांची / ध्येयांची यादी करा.
    (तुमची ध्येयं लिहून काढा.)

प्रेरित कृती -

दिवसभरातून आपले ध्येय लिहिण्यासाठी ५ मिनिटे काढा. जर तुम्हाला तुमचं आणि तुमच्या प्रियजनांचं भविष्य उज्ज्वल हवं असेल तर ध्येयं रोजच्या रोज लिहिण्याची सवय करा.

७. रचनात्मक दृष्टीकोनाची सवय (कल्पनात्मक कृतिशीलता)

"एखादी गोष्ट जर तुम्हाला तुमच्या आयुष्यात हवी असेल तर ती आधीपासूनच आहे अशी कल्पना करा."

-

रिचर्ड बॅच (अमेरिकन लेखक)

बऱ्याचदा आपण आपल्या भूतकाळाबद्दल व केलेल्या चुकांबद्दल बोलत असतो. आपण आपल्या भविष्याचा सुद्धा विचार करतो, बोलतो पण ते तितक्या आशेने नसते.

माझ्या मते, आपण आपलं भूतकाळ विसरुन आपल्या उज्ज्वल भविष्याकडे लक्ष केंद्रित करायला हवं. त्याचा विचार करावा. इथे आपली कृतिशीलता कामी येते.

काय असते कल्पनात्मक कृतिशीलता?

हे एक शक्तिशाली तंत्र आहे आपल्या डोक्यात कल्पना तयार करतं. तुम्हाला फक्त काय हवं याची कल्पना करायची आहे.

मला टोनी रॉबिन्स (अमेरिकन लेखक आणि लाईफ कोच) ह्यांचा एक विचार आठवतो की तुमच्या डोक्यात जे विचार सतत ठेवता तेच तुमच्या आयुष्यात घडत असते. हे वाक्य तुम्हाला जे आयुष्यात हवं आहे त्याचं चित्रं उभं करतं आणि त्याची कल्पना करण्याची शक्ती देतं. ह्या गोष्टीचा सतत सराव करत रहा आणि तुम्हाला जे हवे ते नक्की मिळवा.

कल्पना करण्याचा माझा स्वतःचा एक अनुभव मला इथे सांगायला आवडेल. मला नेहमीच परिसंवाद (Seminar) करण्याची इच्छा होती पण खरं सांगतो मी त्यासाठी तयार नव्हतो. त्यासाठी माझ्याकडे पुरेसं साहित्य नव्हतं. एखादा परिसंवाद (Seminar) सहजरित्या कसा द्यायचा मला काहीच माहीत नव्हतं. सगळंच अनिश्चित होतं.

"एखादी संस्था मला परिसंवादासाठी कसं बोलावू शकते?"

"मी माझे स्वतःचे सेमिनार कसे घेऊ?"

"मी स्वतःला या सगळ्यासाठी कसे तयार करु?" असे प्रश्न माझ्या डोक्यात येत होते.

मला या प्रश्नांची उत्तरं लगेच मिळाली जेव्हा मी हे कल्पनेत आणलं. असेच हळूहळू मी माझी सगळी स्वप्नं / ध्येयं पूर्ण केली आहेत अशी कल्पना करत गेलो आणि त्यामुळे त्यातली काही स्वप्नं / ध्येयं लवकर पूर्ण झाली.

असं म्हणतात की आपण आपली सगळी स्वप्नं / ध्येय ध्यान केल्यानंतर कल्पनातीत करावीत, कारण त्यावेळी आपलं डोकं शांत असतं आणि आपली सगळी इंद्रिये सक्रिय असतात.

प्रेरित कृती -

रोज तुमची ५ मिनिटे ध्येयपूर्ती / स्वप्नपूर्ती ची कल्पना करण्यासाठी द्यावीत.

८. दृष्टी फलक(Vision-Board)

"दृष्टी फलक (Vision-Board) कसा तयार करायचा?" जसं मी नेहमीच सांगत असतो की, "टि.व्ही. बघण्याच्या आधी तुमचा दृष्टी फलक बघा."

माझ्या अगदी पहिल्या नोकरीमध्ये, साधारणपणे जसे सगळ्या कंपन्यांमध्ये असतो तसा एक दृष्टी फलक (Vision Board) होता, ज्यामुळे सगळे मिळून एकत्र एक दृष्टी आणि एकच ध्येय, ज्या कंपनीसाठी आपण काम करत आहोत त्यासाठी ठरवायचे असते. सहसा हे सगळं कंपनी आणि कंपनीत काम करण्याऱ्या प्रत्येक कर्मचाऱ्याच्या प्रगतीसाठी आणि वृध्दीसाठी असते.

त्यामुळेच आणि त्यानंतर मला या दृष्टी फलकाचे (Vision Board) महत्व समजले. आपणा सर्वांना दृष्टी फलक हे काय आहे हे माहित असते. पण ही गोष्ट आपण सरावामध्ये कधीच ठेवत नाही.

हे अजिबात कठीण नाही. ज्याला आपली दूरदृष्टी आणि ध्येय ठरवण्याची सवय पूरक करायची असेल तर त्याने स्वतःसाठी हा दृष्टी फलक तयार करणे शिकलेच पाहिजे.

माझे मार्गदर्शक, ज्यांनी मला स्वतःसाठी दृष्टी फलक करण्याचे शिकवले त्यांचा मी शतशः ऋणी आहे.

"दृष्टी फलक कसा डिझाईन करायचा?"

दृष्टी फलक तयार करणे अतिशय साधे सोपे आहे. हा फलक तुम्हाला आयुष्यात काय हवे आहे ते लगेच विचार करायला लावतो. त्यासाठी तुम्ही एखादा पिन बोर्ड किंवा मोठा पेपर वापरु शकता. तुम्हाला ज्या गोष्टी आयुष्यात हव्या आहे, ज्या गोष्टी तुम्हाला पुढे करायच्या आहेत. उदा. तुम्हाला तुमची आवडती गाडी घ्यायची आहे, तुम्हाला एखादे स्थळ बघण्याची इच्छा आहे, तुमचे स्वप्नातले स्वतःचे घर, तुमचे यशस्वी, पुढची वाटचाल ह्या सगळ्या गोष्टींचे चित्र तयार करुन त्या फलकावर लावा. अगदी तुम्ही तुम्हाला आवडलेल्या विचारांची सुविचारांची यादी पण लावू शकता.

हा फलक अगदी सहजरित्या, येता जाता दिसला पाहिजे अशा रितीने लावा जो प्रत्येक क्षणाला तुम्हाला तुमच्या ध्येयाची, स्वप्नांची आठवण करुन देईल.

प्रेरित कृती -

यशस्वी लोकांना नेहमी दृष्टी फलक बघण्याची सवय असते.

९. पुस्तक वाचण्याची सवय

"पुस्तक वाचणं आपल्याला स्वतःच्या अस्तित्वाची एक झलक दाखवते."

- डॉ. सर्वपल्ली राधाकृष्णन (महान तत्वज्ञानी व भारताचे दुसरे राष्ट्रपति)

मी नेहमीच अभ्यासात चांगलो होतो पण आमच्याकडे वाचायला खूप पुस्तकं नव्हती. मी लहान गावात राहात असल्यामुळे स्वयं मदतीची पुस्तके कधी मिळाली नाहीत. नंतर मी स्वतःला मऊ कौशल्यांच्या वर्गात (Soft Skills) नोंदवले, तिथे माझ्या प्रशिक्षक असलेल्या डॉ. निराली यादव (इंग्रजी साहित्यात Ph.d) ह्यांनी मला जास्त वाचायला प्रेरित केले. वाचन म्हणजे माहिती गोळा करुन आपल्याला आपला शब्दसंग्रह वाढवायला व भाषा सुधरवायला मदत होते. पहिलं पुस्तक जे वाचायला त्यांनी शिफारस केली ते होते 'The Compound Effect' हॅरेन हार्डी द्वारे, जे अमेरिकन लेखक व वक्ता होते. सुरुवातीला मला बऱ्याच आव्हानांना सामोरं जावं लागलं. मला पुस्तके व त्यातले शब्द समजून घ्यायला त्रास झाला. पण मी शब्दांचा अर्थ शोधत शोधत वाचत गेलो आणि आज मी हे नक्कीच सांगू शकतो, की ते पुस्तक किती प्रभावशाली आहे.

वाचण्याची सवय कशी विकसित करायची ?

अशा पुस्तकापासून सुरुवात करा जी तुम्हाला वाचायला सोप्पी वाटतात. तुम्हाला फक्त ५ मिनीटे लागतील सुरुवात करायला. मग पुढच्या दिवशी १० मिनीटे वाचा, मग २० आणि अशीच हळूहळू सवय लागेल.

यात तुम्ही वेगवेगळ्या शैलींना बघाल. जितकं तुम्ही वाचाल तितक्या अनेक लेखकांचे ज्ञान तुम्हाला प्राप्त होईल. जगातील सर्वात ख्यातनाम व्यक्तिमत्व खूप वाचन करणारे आहेत.

पुस्तकं कुठे ठेवायची ?

मी कॉन्फरेंस हॉल मध्ये बसून बैठकींना उपस्थित असतो. तो हॉल सगळ्या वस्तूंसोबत सुसज्ज असतो. एकदा एक बैठक सकाळी बरोबर दहा वाजता सुरु झाली आणि त्यानंतर चहा-पाण्याचा ब्रेक झाला. वेगवेगळे पेय व खादद्यपदार्थांची व्यवस्था करण्यात आली. मी माझा चहा घेतला आणि तिथे ठेवलेल्या बिस्कीटांकडे माझं लक्ष गेलं आधी मी दुर्लक्ष केलं. पण ते खाण्याचा माझा मोह झाला. का केलं असेल मी असं? ती बिस्किटे मला दिसत होती व मला मोह आवरलाच नाही. घ्यावीशी वाटत होती.

पुस्तकांसोबत देखील असंच होतं. तुमच्याकडे असतील व तुम्ही नवीन आणली असतील तर त्यांना अशा ठिकाणी ठेवा जिथे ते तुमच्या दिसण्यात येतील. मग तुम्हाला ते वाचायचा मोह होईल. एकदा तुम्हाला ही वाचायची सवय लागली तर तुम्ही हवं तिथे, हवं तेव्हा वाचू शकता. एका चांगल्या ठिकाणी पुस्तकं ठेवा कारण आपण त्यांचा आदर करायला हवा.

कधी-कधी कागदी पुस्तकं वाचायला मला आवडतं व कधी-कधी मी पी.डी.एफ. (PDF) किंवा ऑडिओ पुस्तकं ऐकतो, आणि ह्यात काही वाईट नाही कारण तुम्हाला ते ज्ञान प्राप्त करण्याची इच्छा असायला हवी. पुस्तकांचं कपाट भरण्यासाठी ती विकत घेऊ नका, ती वाचायची असतील तरच घ्या. पुस्तकं म्हणजे एक गुंतवणूक असते. पुस्तक आपला सर्वोत्तम मित्र असतो. ती शिक्षण व ज्ञान प्राप्त करण्यासाठीच विकत घ्या, जी सर्वोत्तम आहेत जी तुमच्या मनाला आवडतील. स्व सहाय्य व प्रेरणादायी पुस्तकं आजकाल प्रसिद्ध होत आहेत. एक वाचून स्वतःमधला फरक बघा. ती तुमच्या गुंतवणूकीची परतफेड असेल. मला माझ्या मार्गदर्शक, सहकारी, मित्र व परिवार ह्यांनी सांगितलेल्या पुस्तकांबद्दल जाणून घ्यायची सवय लागली आहे. लक्षात ठेवण्यासाठी चिन्ह : जर तुम्हाला खरंच वाचण्यात रस असेल, तर पुस्तकं तुमच्या कपाटात लगेच दिसतील ते म्हटलंच आहे ना, 'Do not judge a book by cover.'

प्रेरित कृती -

एक पुस्तक निवडा जे तुमच्याच क्षेत्रातील आहे, आणि दुसरं स्वपरिवर्तनाचं पुस्तक निवडा. दोन्ही दिवसातून फक्त पाच मिनीटे वाचा सवय लागण्यासाठी.

१०. पहाटे लवकर उठणे(The early bird)

"जो रात्री लवकर झोपतो आणि पहाटे लवकर उठतो."

यामध्ये आपण त्या व्यक्तीबद्दल बोलतो जो सकाळी ६.०० च्या आधी उठतो. ही गोष्ट सर्वांनाच माहीत आहे कि ६-७ तास झोप ही आरोग्यासाठी फायदेशीर आहे. पण काही लोकांच्या व्यस्त दिनक्रमामुळे त्यांना पुरेशी झोप घेता येत नाही. आपण आपले आयुष्य चांगले करण्याचा आणि चांगल्या सवयी लावण्याचा प्रयत्न करतच आहोत तर हे ही करुच शकतो.

पहाटे लवकर उठण्याचे फायदे :

तुम्ही माझं युट्यूब चॅनल 'Inspire & transform' - हेमसिंह पटले मधे जाऊन 'why wake up early in the morning' बघू शकता जे जुलै २०१९ मधे मी टाकल ज्यात तुम्हाला फायदे दिसतील. नेहमी पेक्षा आधी उठणे तुम्हाला शांत वातावरण देतं. यात तुम्ही प्रार्थना करु शकता, योग करु शकता, फिरायला जाऊ शकता, ध्यान करु शकता किंवा लिहू शकता. प्रेरणादायी पुस्तक वाचू शकता. सहा ते साडे आठ सूर्योदयाच्या आधी हे सगळं करु शकता. सकाळचा सूर्यप्रकाश रात्री चांगली झोप मिळवून देतो. बरीच अशी कामं आहेत जी माणूस दिवसा करु शकत नाही आणि त्यालाही काही कारणं आहेत. सकाळच्या वेळी तुम्ही फक्त तुमचे असता. घरातील सगळे उठायच्या आधी स्वतःला थोडा वेळ द्या.

तुम्हाला जाणवेल की तुमच्याकडे कुटुंबासोबत नाष्टा करत, संवाद साधत आपला दिनक्रम तयार करायला पुरता वेळ मिळाला आहे. सगळे यशस्वी झालेले लोक सकाळी लवकर उठतात.

सकाळी लवकर उठायचा सगळ्यात मोठा फायदा हा आहे की आपली त्या वेळची उर्जा आपल्याला दिवसभर कार्यरत ठेवते.

तुम्हाला हे ऐकून नवल वाटेल की भारताचे पंतप्रधान श्री. नरेंद्र मोदी, अभिनेता अक्षय कुमार, रिचर्ड बॅन्सन, ॲपलचे सीईओ टिम कुक, हॉवर्ड शुल्वझ, ओपरा विन्फ्री, मायकल फेल्प्स, सेरेना विल्यम्स हे सगळे सहाच्या आधी उठतात.

लवकर उठण्यासाठी खालील गोष्टी करा.

१. इतरांना त्रास होणार नाही अशा पध्दतीने अलार्म लावा.

२. अलार्म १०-२० पावलं लांब ठेवा.

३. एकदा अलार्म वाजला की तो बंद करायच्या आधी स्वतःला विचारा की मला का लवकर उठायचे आहे.

४. लवकर उठण्याने मला काय मिळणार आहे ? हे एकदा स्वतःला विचारा.

५. "मी सकाळी लवकर उठणार आहे" हे वाक्य एका कागदावर लिहून

६. भिंतीवर लावा. जे तुम्हाला सतत आठवण करुन देत राहिल.

७. सकाळी उठल्यानंतर आधी चेहऱ्यावर पाणी मारा आणि स्वतःला सांगा "माझा आजचा दिवस खूप छान जाणार आहे." हे तुम्हाला तुमच्या झोपेतून योग्य पध्दतीने जागं होण्यासाठी मदत करेल.

८. सकाळी उठल्यानंतर एक तर तुम्ही घरात चालू शकता किंवा बाहेर फिरायला जाऊ शकता. तेव्हा तुम्हाला असे समजेल, की बरेच लोक सकाळी लवकर उठून फिरायला येतात, तुम्ही काही पहिले नाही आहात. बरेच जण सकाळच्या वेळेचा कसा वापर करतात आणि त्यांचा दिनक्रम त्यांच्या हिशोबाने ठरवतात. हे ही तुम्हाला तुमच्या झोपेतून जागं करायला मदत करेल.

"तुम्ही तुमच्या उठण्याची वेळ कशी बदलू शकता?" समजा, तुम्ही रोज सकाळी ७ वाजता उठता आणि तुम्हाला ५ वाजता उठायची सवय करायची आहे. त्यासाठी तुम्ही आधीचे काही दिवस ५ मिनिटे लवकर उठण्याचा प्रयत्न करा, सराव करा. प्रत्येक आठवड्याला तुम्ही तुमची वेळ ५-५ मिनिटांनी लवकरची ठेऊ शकता म्हणजे ६.५५, ६.५०, ६.४५ जोपर्यंत तुम्ही ठरवलेल्या वेळेवर उठत नाही. ही फक्त ५ मिनिटांची चमत्कारिक सवय तुम्हाला महिनाभरात २० मिनिटे लवकर उठण्याची मदत करेल आणि तुमच्या शरीराला ह्या बदलाची नित्य सवय होईल. हे प्रयत्नपूर्वक सिध्द झालेलं आहे.

प्रेरित कृती -

लवकर उठण्याची सवय तुमच्या दिवसाला फलदायी ठरेल.

११. स्वगुंतवणुकीची सवय

"तुम्ही स्वतः मध्ये करता ती सर्वांत चांगली गुंतवणुक आहे."

- वॉरेन बफेट (अमेरिकन इन्व्हेस्टर, शक्तिशाली उद्योजक, फिलान्थ्रॉपिस्ट, चेअरमन आणि सीईओ बर्कशायर हॅथ अवे)

काही वर्षांपूर्वीचा एक प्रसंग आहे. मी काही मित्रांसोबत होतो आणि त्यांची गुंतवणूक, शेअर्स विकत घेणे यावरची चर्चा ऐकत होतो. कारण ते सगळे शेअर मार्केट, स्टॉक मार्केट मध्ये बऱ्यापैकी सक्रिय होते. मीही त्यात माझं नशीब आजमावण्यासाठी उत्सुक होतो, म्हणून काही छोटी गुंतवणूक केली पण मला त्यात यश आले नाही, नुकसानच झाले.

मग मला समजले की हे काही माझं काम नाही, त्यापेक्षा जास्त काळासाठी गुंतवणूक करायची आणि २ ते ३ वर्षांत चांगला परतावा मिळेल. पण नंतर काही परिसंवाद / सेमिनार्स ऐकल्यानंतर मला या सगळ्याची जाणीव झाली.

चेन्नईमध्ये एका पंचतारांकित हॉटेल मध्ये एक असाच कार्यक्रम झाला होता. तिथे अशा काही लोकांची गर्दी होती, त्यात काही BNI Sector मधले लोक, काही लेखक आणि असे काही लोक होते ज्यांना वक्त्याच्या बोलण्यातून मिळालेली माहिती ऐकून आपले ज्ञान वाढवायचे होते. तिथे बरेच लोक असे होते ज्यांना ९-५ ची नोकरी करणे कठीण होते.

काही लोक त्यांच्या पुस्तकाची जाहिरात करत होते तर काही लोक "आयुष्य कसं बदलायचं" हे प्रदर्शित करत होते.

त्या क्षणी मला जाणीव झाली. मी स्वतःचा विकास, स्वतःमधले बदल यावर गुंतवणूक केली पाहिजे आणि हे सगळं इथूनच सुरु झाले.

मी माझे मार्गदर्शक श्री. अमोल कारळे (मार्गदर्शक आणि Magic of failure या पुस्तकाचे लेखक) यांना Linkedin च्या एका पोस्ट द्वारे भेटलो आणि

त्यांना मी मला मार्गदर्शन करण्याची विनंती केली.

टी. हार्व एकर यांच्या मिलेनिअर माईंड इन्हेन्सिव्ह (Millionaire Mind Intensive) या कार्यशाळेत मला स्व. गुंतवणूक (Self-investment) आणि स्व. परिवर्तन (Self-transformation) याची खोलवर दूरदृष्टी मिळाली.

मी स्वपरिवर्तन व स्वमदतीच्या पुस्तकांमध्ये माझ्या वेळेची गुंतवणूक केली. माझा वेळ व ऊर्जा व्यर्थ गेली नाही. मला कळत होते, मी सरळ मार्गावर आहे आणि मला पुढे जायची गरज होती.

आपल्या बचतीतली १० टक्के रक्कम ही स्वविकासासाठी ठेवा. आपल्या शैक्षणिक काळात आपण एका विशिष्ट पातळीपर्यंत माहिती मिळवू शकतो, शिकू शकतो, आपण व्यावसायिक पातळीवर गेल्यावर अजून काही गोष्टी शिकतो पण जास्त ज्ञान मिळविण्याची तहान भागवण्यासाठी हे सोडून अजून जास्त ज्ञान, माहिती आणि दूरदृष्टी मिळवावी लागेल. स्वतः मध्ये सुधारणा करत राहाणे खूप आवश्यक आहे. आयुष्यात स्व-परिवर्तनाला खूप महत्व आहे. त्यासाठी शिकणे, स्वतःची प्रगती आणि गुंतवणूक करणे कधीही थांबवू नका. स्व-विकास ही कधीही न संपणारी गोष्ट आहे, बघा ! मी गुप्तपणे माझे एक बँक अकाऊन्ट उघडले आहे ज्यात मी माझ्या पगारातले १०% आवक टाकत असतो. ही बचत माझ्यातला विकास आणि कौशल्य वाढवण्यासाठी मदत करते.

प्रेरित कृती -

तुमच्या विकासासाठी आणि कलागुणांसाठी १०% बचत करा.

१२. ९०/६०/३० मिनिटांची सवय

९०/६०/३० मिनिटांची सवय ही खूप साधी सोपी आहे. तसं पाहिलं तर एखादा माणूस आपला बराचसा वेळ मोबाईल फोनवर, इंटरनेटवर घालवतो, तो वेळ काहीतरी चांगलं / उत्पादक काम करण्यासाठी उपयोगात येऊ शकतो. या प्रकारात आपण ९०/६०/३० मिनिटांचा नियम पाळू शकतो.

सकाळचा वेळ जोपर्यंत एखादे महत्वाचे किंवा त्वरित करण्यासारखे काम येत नाही तोपर्यंत प्रयत्नपूर्वक मोबाईल हाताळणे टाळा. रॉबिन शर्मा (कॅनडिअन लेखक आणि लिडरशीप एक्सपर्ट) हे सुध्दा ९० मिनिटांची योजना सुचवतात.

९० मिनिटांची योजना :- सकाळी उठल्यानंतर ९० मिनिटांच्या वेळेचा सदुपयोग तुम्ही ध्यान करण्यासाठी, ध्येय लिहिण्यासाठी, व्यायामासाठी, वाचनासाठी किंवा तुमचा दिनक्रम ठरविण्यासाठी करु शकता. ही ९० मि. तुम्हाला तुमच्या जीवनशैलीमध्ये एक चांगला बदल घडवण्यासाठी कामी येऊ शकतात.

६० मिनिटांची योजना :- प्रयत्नपूर्वक स्वतःला कुटुंबाबरोबर चर्चा करण्यात, गप्पा मारण्यात गुंतवा. कुटुंबासोबतचा वेळ पण खूप महत्वाचा असतो, तोपर्यंत मोबाईल बाजूला ठेवा. याला आपण (Undivided attention policy) “अविभाजित योजना” म्हणू शकतो. आजच्या धकाधकीच्या आयुष्यात आपल्याकडे स्वतःला आणि कुटुंबाला खूप कमी वेळ मिळतो. दिवसभर कामात तुम्ही किती व्यस्त असता हे महत्वाचे नाही तर तुम्ही तुमच्या प्रियजनांसोबत मग ते तुमचे आईवडिल, नवरा / बायको, मुलं कोणीही असू देत, त्यांच्यासोबत कसा वेळ घालवता हे महत्वाचे आहे.

मुलं आणि पालक यांच्यातली दरी निर्माण होण्याचे कारणच हे आहे की बऱ्याच वेळा नोकरदार माणसाला त्यांच्या व्यस्ततेमुळे मुलांना वेळ देता येत नाही, हेच सगळ्याच नात्यांच्या बाबतीत असू शकते. तुमचे आणि तुमच्या कुटुंबाचे अविभाजित लक्ष (Undivided attention) निश्चित करा.

३० मिनिटांची योजना :- तुमचा दिवस संपण्यापूर्वी किंवा झोपण्याच्या वेळी ही ३० मि. तुमच्यासाठी खूप महत्वाची आहेत. आपण साधारणपणे दिवसाचा शेवट हा टिव्ही, मोबाईल, लॅपटॉप बघत करत असतो. त्या जागी आपण या इलेक्ट्रॉनिक वस्तू हाताळणे टाळून त्याऐवजी आपल्या ध्येयाला महत्व द्या. झोपताना तुम्ही तुमच्या उशाशी ज्या गोष्टी ठेवून झोपता. उठल्यानंतरही त्याच तुमच्या जवळ असतात. झोपताना तुम्ही जे वाचता

किंवा जे विचार तुमच्या डोक्यात असतात ते तुमच्या मेंदूपर्यंत जातात आणि तुम्ही झोपल्यावरही ते तिथेच असतात.

आपले सुप्त मन कधीही काम करणे थांबवत नाही; तेव्हा आपण त्यात स्पष्टीकरणं, पुष्टीकरण किंवा काहितरी वाचन जे खरोखर तुम्हाला उपयोगी आहे. अगदी ध्येय ठरविणे या गोष्टी करु शकतो.

तर मग झोपताना आणि उठताना चांगले आणि सकारात्मक विचार का असू नयेत ?

बघा... निवड तुम्हालाच करायची आहे.

प्रेरित कृती -

अविभाजित लक्ष (Undivided Attention Policy) योजना वापरात आणणे. ९०/६०/३० मिनिटांची ही पध्दत निर्णायक आहे.

१३. विश्वास ठेवण्याची सवय

"जेव्हा तुम्ही एखाद्या गोष्टीवर श्रध्दा ठेवून विश्वास ठेवता ना तेव्हा ती गोष्ट सत्यात उतरते."

ब्रायन ट्रेसी (कॅनडिअन - अमेरिकन प्रेरणादायी वक्ते आणि स्व. विकास लेखक)

विश्वास हा आपल्यामध्ये लहानपणापासूनच असतो. जसजसे आपण वाढतो, काही गोष्टी नवीन शिकतो, मग आपल्यात अजून विश्वास (आत्मविश्वास) तयार होतो आणि हे नैसर्गिकच आहे. मनात असलेले काही विश्वास हे आत्म-सिमित असतात जे एखाद्याच्या आत्मविश्वासात बाधा उत्पन्न करु शकतात. मानसिक ब्लॉक हे स्वतःला सिमित करण्याचं उत्तम उदाहरण आहे, स्वतःसाठी एक सीमारेषा निर्माण करणे हे आपल्याला त्या सीमारेषेच्या पुढे खेचू शकत नाही आणि आपल्याला आपल्या भल्यासाठी कार्य करु देत नाही.

तुम्हाला आता याच्या पुढे जायला पाहिजे, तुमच्या या आरामाच्या क्षेत्रातून बाहेर या आणि तुमचे क्षितिज विस्तीर्ण करा.

- तुम्ही तुमचे मर्यादित विश्वास कसे विकसित कराल ?

थोड्या फार प्रमाणात नकारात्मक विश्वास हा सुरुवातीपासूनच आत्मसात करत असतो. शैक्षणिक काळात आपली शिक्षणावर पकड नसते, आपण त्यात काही चांगले देऊ शकत नाही, आपण आपल्या व्यावसायिक जीवनात सक्षम नाही कारण आपण शिकायला आणि कृती करायला खूप वेळ घेतो, आपल्याला नेहमी असं सांगितलं जातं की एखादी गोष्ट आपल्याला जमत नाही, एखादी गोष्ट आपण चांगली करु शकत नाही. हे सगळे नकारात्मक विश्वास तुम्हाला प्रगती करायला आणि तुम्हाला एक चांगला व्यक्ती म्हणून बदल करण्यासाठी रोखून ठेवतात.

हे सगळे मानसिक अडथळे पार करण्यासाठी प्रयत्नपूर्वक असे विश्वास जोपासा जे तुम्हाला स्वतःवर काम करण्यासाठी, तुमची प्रगती होण्यासाठी, तुम्हाला स्व. बदलांवर असलेली पुस्तकं वाचण्यासाठी मदत करतील.

"तुम्ही स्वतःबद्दल जसा विचार करता तसे तुम्ही नाही आहात पण तुम्ही जो विचार करता तसे तुम्ही आहात." ("You are not what you think you are, but what you think, you are".) हा एक प्रसिध्द सुविचार आहे. (स्व. विलियम जेम्स, अमेरिकन

सायकॉलॉजिस्ट) जो आपल्या मनावर प्रचंड (खोलवर) प्रभाव करतो. या बाबतीत माझे वैयक्तिक विचार असायचे ज्यांनी माझ्या मनावर प्रचंड प्रभाव टाकला पण मला माहित होते की मला "मी" होण्यासाठी मी स्वतःच काहीतरी केले पाहिजे. मग मीच माझ्या मनाला सांगायला सुरुवात केली की विश्वास ठेव. या मानसिक अडथळ्यांना, नकारात्मक विचारांना पार करुन काही नव्या सवयी लावून घ्यायच्या ज्या माझ्यात सुधारणा करायला मदत करतील. आणि तसंच झालं !! समुदायामध्ये बोलणं, परिसंवादामध्ये बोलण्याची भिती नाहीशी झाली, मी माझ्या इंग्रजी भाषा सुधारण्यावर भर देणं सुरु केलं, माझी लेखन क्षमता सुधारण्यावर भर दिला, आणि आज बघा.... मी गर्वाने सांगू शकतो माझ्या पुस्तकावर प्रकाश पडला (माझं पुस्तक तयार झालं)

- तुम्ही तुमचा मर्यादित विश्वास कसा बदलू शकाल?

"जर तुम्ही मर्यादित विश्वास स्वीकारत आहात तर तेच तुमच्यासाठी सत्य होऊन जाते."

लुईस हे (विविध स्व. मदत पुस्तकांचे लेखक आणि प्रसिध्द प्रेरणादायी वक्ते).

समस्या असलेल्या क्षेत्रांवर मात करण्यासाठी आपल्या व्यस्त दिनचर्येतून / कार्यक्रमामधून काही मिनिटे काढा जेणेकरुन नकारात्मक विचार सुधारता येतील आणि त्यांना सकारात्मकतेमध्ये बदलता येईल. तुमचं मन हे खूप शक्तिशाली साधन आहे, जर तुम्ही तुमच्या मनाला तसं सांगितलं तर तुमचे सगळे सकारात्मक विचार/विश्वास खरे होतील. लक्षात ठेवा, नकारात्मक विश्वास / विचार हे मर्यादित असतात तर सकारात्मक विश्वास हे अत्यंत सशक्त असतात.

आपण काही नकारात्मक विचारांचा/विश्वासांचा सकारात्मकतेमध्ये बदल करण्याचा प्रयत्न करुया.

असे म्हणण्याऐवजी - असे बोलून बघा.

१. माझ्याकडे वेळ नाही - मी प्रत्येक गोष्टीसाठी पुरेसा वेळ काढू शकतो.

२. माझ्याकडे पैसे नाहीत - मी पैशांचा चुंबक आहे.

३. मी पुरेसा आहे.

४. मला प्रेम मिळतं, मी प्रेम करतो आणि प्रेम करण्यासाठी योग्य आहे.

मर्यादित (नकारात्मक) विश्वास:

मी खूप म्हातारा किंवा तरुण आहे.

मी खूप जाड किंवा सडपातळ आहे.

मी पुरेसा हुशार नाही.

पैसा सर्व वाईट गोष्टींचे मूळ आहे.

माझ्याकडे पुरेशी ऊर्जा नाही.

बदल खूप अवघड आहे.

मी कधीही यशस्वी होणार नाही.

मी ताकदवर नाहीये.

मी नालायक आहे.

मी पुढे जाऊ शकत नाही.

मी नवीन गोष्ट शिकू शकत नाही.

मी परिपूर्ण नाही.

मला माझ्या मर्यादा आहेत.

माझी मानसिकता नकारात्मक आहे.

माझं संवाद कौशल्य खराब आहे.

माझ्याकडे आत्मविश्वास नाही.

मी भयभीत आहे.

सुप्त मनात विश्वास स्थापित करण्यासाठी सक्षमीकरण:

वय हा फक्त एक क्रमांक आहे.

मी आहे तसा पुरेसा आहे.

मी हुशार आहे.

पैसा ऊर्जा सशक्त करत आहे.

मला पुरेशी ऊर्जा निर्माण करावी लागेल.

रोजच्या कृतींमुळे बदल हा खूप सोपा आहे.

मी यशस्वी आहे.

मी ताकदवर आहे.

मी पात्र आहे.

मी पुढे जाऊ शकतो.

मी खूप नवीन गोष्ट शिकू शकतो.

मी पुरेसा आहे.

मी थांबणारा आहे.

माझी सकारात्मक मानसिकता आहे.

माझं संवाद कौशल्य अद्भुत आहे.

माझ्याकडे आत्मविश्वास आहे.

मी निर्भय आहे.

तुम्ही बऱ्याचशा बदलांचे आणि चांगल्या गोष्टींचे साक्षी व्हाल.

ह्या सर्व पुष्टीकरणाची पुनरावृत्ती करा. तुम्हाला स्वतःबद्दल फक्त चांगलेच वाटणार नाही तर तुम्ही तुमचा गमावलेला आत्मविश्वास परत वाढवू शकाल.

प्रेरित कृती –

नकारात्मक विश्वासापासून सुटका करुन घेण्यासाठी पुष्टीकरणाची पुनरावृत्ती करा आणि तसेच मनात धरुन ठेवा.

१४. कृती करण्याची सवय

सद्यस्थितीत किंवा येणाऱ्या काळात एळाद्या कामात विलंब करणे किंवा ते करण्यासाठी टाळाटाळ करणे या समस्येवर काम करणे जरुरी आहे.

एखादं काम तुम्ही हातात घेतलं तर प्रयत्नपूर्वक ते काम त्या दिवशीच करा आणि जर काही कारणास्तव ते त्या दिवशी पूर्ण करु शकला नाहीत तर दुसऱ्या दिवशी नक्की पूर्ण करा. एखाद्या कामासाठी जर तुम्ही विलंब केला तर पर्यायाने त्याचा परिणाम तुमच्या ध्येयावर पण होऊ शकतो.

एखाद्या कामात विलंब होत असेल तर त्यासाठी कमी आवड असणे, थकवा, संकोच करणे ही कारणं असू शकतात. यामुळे आपली राहिलेली कामं वाढतात आणि जे नंतर कठीण होऊन जातं. गोष्टींना प्राधान्य देणे शिका. कुठली गोष्ट महत्वाची आहे हे ध्यानात असू द्या. त्या गोष्टींवर काम करा ज्यामुळे तुमच्या दिवसभराच्या कामात सहजता येईल. लोकांच्या /इतरांच्या लगेच लक्षात येईल की तुम्ही तुमच्या कामाप्रती किती समर्पित आहात आणि हे सर्व बघून ते तुमच्याकडून शिकतील.

ॲन्थनी रॉबिन्स म्हणतात, की ज्या गोष्टी आपण कधीतरी एकदा करतो त्या आपल्या आयुष्याला आकार देत नाहीत पण ज्या गोष्टी आपण रोज करतो त्या आपल्या आयुष्याला आकार देतात. हे जगन्मान्य आहे की सुसंगतता ही यशाची किल्ली आहे. जर तुम्ही तुमच्या कृतीबाबत सुसंगत नसाल तर तुम्हाला तुमच्या ध्येयपूर्तीसाठी अडचणी येतील. तुमची रोजची कामं हीच तुमची सवय असते आणि ही कामंच तुम्हाला यशापर्यंत पोचवतात.

छोट्या छोट्या गोष्टींनी सुरुवात करा ज्या तुम्हाला हळूहळू तुमच्या ध्येयापर्यंत पोचवतील. सुरुवातीला आपण खूप उत्साही असाल, पण प्रत्येक गोष्टीत सुसंगत रहा. अशी एक वेळ येईल की तुमचा थोडा उत्साह कमी होईल, पण तुमची जिद्द कमी होऊ देऊ नका. एकदा का तुम्हाला चालना मिळाली की तुम्ही स्वतःला ध्येयाकडे जाताना बघाल आणि ध्येयपूर्तीची कल्पना तुम्हाला सुखावून जाईल.

प्रेरित कृती -

कामाची टाळाटाळ करणे हाच कामाचा विलंब असतो. जर कामांबाबत सुसंगत रहाल तरंच रोजच्या कृतीची सवय लागेल.

१५. शांत झोपेची सवय

“मी वाचलंय तुमच्या मरणानंतर कोण रडेल?” रॉबिन शर्मा (कॅनॅडिअन लेखक आणि The Monk Who Sold His या पुस्तकासाठी प्रसिध्द)

"Sleep Less" कमी झोपणे हा धडा मला विशेष करून आठवतोय ज्यात लेखकाने प्रसिध्द शास्त्रज्ञ “थॉमस एडीसन” यांच्याबद्दल एक झलक सांगितली आहे, की कशा पध्दतीने ते फक्त चारच तास झोपायचे. नंतर सांगतात की झोप ही औषधासारखी असते. जर जास्त झोप झाली तर ती तुम्हाला आळशी बनवते. त्यामुळे तुम्ही तुमचा वेळ, चैतन्य आणि संधी ही घालवून बसता.

आपणा सर्वांची झोपेची पध्दत आणि किती वेळ झोपतो ती वेळ ही वेगवेगळी आहे. काही जण आठ तास इतकी चांगली झोप घेतात आणि डेझी फुलासारखे ताजेतवाने असतात. काहीजण तशीच आठ तास किंवा त्यापेक्षा जास्त झोप घेऊनही ताजे नसतात.

हे सगळं आपण किती वेळ झोपतो त्यापेक्षा आपण किती चांगली झोप घेतो यावर अवलंबून आहे.

जेव्हा तुमच्या अवतीभवती सगळं छान चाललेलं असतं आणि तुम्ही हे जाणता की तुमच्या आयुष्यातही सगळं छान सुरु आहे तेव्हा तुम्ही शांतपणे झोपता आणि जेव्हा तुमच्या बाजूने काहीच चांगलं नाही आणि आयुष्यात सगळ्या अयोग्य गोष्टी होत आहेत तेव्हा तुमचा कल रोजच्या झोपेच्या सवयीपेक्षा जास्त वेळ झोपण्याकडे असतो. कारण मानवी स्वभावानुसार झोपणे हा आयुष्याचे सत्य न स्वीकारण्याचा अजून एक मार्ग आहे.

जास्त वेळ झोप घेण्यापेक्षा चांगल्या पध्दतीने / चांगल्या प्रतिची झोप घेण्यावर लक्ष केंद्रित करुया. तुमच्या मेंदूला तयार करा, तुमच्या मनाची चौकट (प्रतिमा) बदला आणि स्वतःला सांगा की मी जितका चांगला झोपेन तितके मी कार्य करेन. हे सगळं तुमच्या झोपेच्या सुख-समृध्दीबाबत आहे. प्रयत्नपूर्वक काही गोष्टी करा - झोपायच्या दोन तास आधी रात्रीचे जेवण घ्या, थोडे पावलं चाला. अशा सगळ्या गोष्टी आखून ठेवा ज्यामुळे तुमची चांगली झोप होईल.

झोपण्यापूर्वी या काही वाक्यांचा सराव करा... मी सगळ्या नकारात्मक गोष्टी/ऊर्जा सोडून देत आहे, मी सगळ्या चिंता, तणाव सोडून देत आहे, सगळे ताण, भिती सोडून देत आहे, मी शांत आणि समाधानी आहे. मी एकदम आरामात / तणावमुक्त आहे. मी खूप गाढ झोप घेत आहे.

प्रेरित कृती -

चांगल्या झोपेवर लक्ष केंद्रित करा.

१६. विचारण्याची सवय

"काहीतरी सर्जनशील कार्यासाठी 'विचारणे' (Asking) ही पहिली पायरी आहे. तेव्हा विचारण्याची सवय लावून घ्या."
(होंडा बायरन - ऑस्ट्रेलियन टिव्ही लेखक आणि निर्माते)

Ask

A   -   Always (नेहमी)

S   -   Seek (शोधात रहा)

K   -   Knowledge (ज्ञान)

म्हणजे नेहमी ज्ञानाच्या शोधात रहा.

साधारणतः एकतर लोक खूप प्रश्न विचारतात किंवा कुणाला काही विचारुन त्रास देत नाही. काही वेळा आपल्याला कधीतरी उत्तर सापडेल असा विचार करुन आपण काही शोधत नाही; आपण काही वेळा विचारायला संकोच करतो. असो... जितकं आपण काहीतरी विचारतो तितकं आपलं ज्ञान वाढतं असं म्हटलं जातं.

गोष्टी स्पष्ट होण्यासाठी विचारण्याचे पाच मार्ग :

१) स्पष्टपणे विचारा तुमच्या मनात कुठल्यातरी गोष्टीविषयी काही गोंधळ असेल तर तुमचे प्रश्न स्पष्टपणे विचारा. तुम्ही अशा पध्दतीने तुमचा प्रश्न विचारा की मोरच्या माणसाला त्यानुसार उत्तर देणं जमेल.

२) आत्मविश्वासाने विचारा - कुठली तरी गोष्ट जाणून घेण्यासाठी काहीतरी विचारायला संकोच वाटणे साहजिकच आहे आणि ते नैसर्गिक आहे. नक्की लक्षात ठेवा. जर तुमच्या प्रश्न विचारण्यात आत्मविश्वास असेल तर तुम्हाला उत्तरं शोधणं सोपं जाईल.

३) सातत्याने विचारत रहा – स्वतःला प्रश्न विचारण्यापासून थांबवू नका. जर तुम्ही विचारणार नाही तर तुम्हाला माहित कसं होईल? तुम्ही जिज्ञासू असाल तर तुमची उत्तरं तुम्हाला नक्की मिळतील.

४) सर्जनशीलपणे विचारा- इतरांनी तुमच्या प्रश्नांची उत्तरे देण्यासाठी तुमच्या प्रश्नांची चौकट व्यवस्थित तयार करा आणि तुमची उत्तरे मिळेपर्यंत संयम ठेवा.

५) निष्ठापूर्वक विचारा एखादी गोष्ट तुम्हाला माहिती नसेल तर ठीक आहे, मग तुम्ही प्रश्न विचारायला बांधील ठरता. विचारा, चिंता करु नका आणि स्वतःला मर्यादित ठेवू नका. जर तुम्ही निष्ठापूर्वक विचारलं तर समोरच्या माणसाला पण तुमचे उत्तर (योग्य उत्तर) देण्यात आनंद वाटेल.

प्रेरित कृती -

प्रश्न विचारण्याची कला शिका; जितकं तुम्ही विचारता तितकं तुमचं ज्ञान वाढतं.

१७. वेळेचे नियोजन करण्याची सवय

"तुमच्याकडे मर्यादित वेळ आहे, दुसऱ्याचे आयुष्य जगण्यासाठी ती वाया घालवू नका."

- स्टीव्ह जॉब्स (ॲपल चे सह. संस्थापक)

तुम्ही तुमच्या वेळेचं नियोजन कसं करता? तुम्हाला वेळेचं बंधन पाळायला आवडतं की अशाच गोष्टी करायला आवडतं ? कोणत्या तुम्हाला आनंद देतात? काही गोष्टी अशा असतात की ज्या आपल्या आवाक्यात नसतात, पण बऱ्याच गोष्टी नियोजन केल्या जाऊ शकतात. मग का त्या वेळेच्या नियोजनात केल्या जाऊ नयेत ?

एकदा वेळ निघून गेली की ती परत येत नाही; म्हणून बऱ्याच गोष्टी वेळेत केलेल्या केव्हाही चांगलं. पाच मिनिटे चांगल्या सवयींसाठी काढा आणि बघा तुमचे आयुष्यं कसे बदलते ते आणि मग तुम्ही तुमच्या वेळेचे नियोजन आणि तुमचे कार्य किती चांगल्या रितीने करु शकता ते.

आपण मागच्या काही भागात पाहिलेलंच आहे. चांगल्या सवयी अंगीकारणे हे आपल्याला उत्तम जीवन जगायला मदत करते. एकदा का तुम्हाला समजले की ठरवलेल्या वेळेत काय करायचे ? मग तुम्ही नक्की कराल, ती तुमची सवय होईल आणि तुम्ही स्वतःचेच आभार मानाल की तुम्ही जीवनात ही एक शिस्त आत्मसात केली. वेळेचं नियोजन हे तुमच्या जीवनाचा दर्जा (स्तर) सुधारु शकते आणि तुम्हाला अजून काही कौशल्य प्राप्त करण्यासाठी वेळ मिळू शकतो.

प्रत्येक वेळी माझ्या अपूर्ण (राहिलेल्या) कामांच्या बाबतीत प्रश्नांच्या बाबतीत माझ्या डोक्यावरुन पाणी जात होतं आणि मनात विचारांचं काहूर माजलं होतं की "कधी मी हे माझं काम पूर्ण करणार?" "माझं काम कधी संपणार?" "एका दिवसात मी सगळं नियोजन कसे करणार?" मग पटकन मी भानावर आलो आणि स्वतःला सांगितलं की आपल्याकडे २४ तास आहेत, आपण नक्की, प्रयत्नपूर्वक आपल्याला हव्या तशा गोष्टी करु शकतो. मग का आपण प्राधान्य देऊन आणि त्याचं महत्व ओळखून दिवसभरातल्या कामांची यादी करु नये ? प्रत्येक क्षण अमुल्य आहे आणि आपण ठरवायचं आहे की त्या क्षणाचा कसा वापर करायचा, नाही का?

प्रेरित कृती -

गरजेनुसार महत्वाच्या असणाऱ्या तुमच्या कार्याचे नियोजन करा आणि त्यावर तुमच्याकडे असणाऱ्या वेळेनुसार काम करा.

१८. तणाव घालविण्याची व निर्धाराची सवय

"जेव्हा तुम्ही तणावमुक्त असता, तेव्हा तुम्ही स्वतःचे असता."

- डॉना एडन (प्राध्यापक आणि Energy Medicine चे शिक्षक)

खरं म्हणजे सध्याच्या काळात आपण सगळेच खूप चिंताजनक आणि तणावपूर्ण जीवन जगत आहोत. अगदी तरुण लोक सुध्दा या तणावातून सुटलेले नाहीत. परिक्षेमध्ये चांगली कामगिरी दाखवण्याचा ताण, पुढे चालून चांगले विद्यापीठ मिळण्याचा ताण, या सगळ्या शर्यतीमध्ये त्यांचा ही प्रवेश झाला आहे. मुळात, आपण सगळेच या परिस्थितीतून जात आहोत आणि हा जास्तीचा ताण आपल्या आरोग्यावर परिणाम करत आहे. सध्या आपण अशा गोष्टी करायला बांधील झालो आहोत ज्या आपल्यासाठी सुखदायक नाहीत, जसे की आपल्या नावडत्या क्षेत्रात काम करणे, कारण आपल्याला जगण्यासाठी पैशाची आणि नोकरीची गरज असते. मग भलेही ते काम आपल्यासाठी आव्हानात्मक नसेल.

ताणतणाव आणि चिंता हा आजकालच्या जीवनाचा अविभाज्य भाग झाला आहे, पण जर तुम्ही खूप विचार करत असाल तर तो तुमच्या मनाचाही भाग आहे. तुम्ही हा ही विचार करु शकता की जे तुमच्या आयुष्यात कधी घडले नाही पण तरीही तुम्हाला त्याची भिती वाटते, नोकरी जाण्याची भिती, एळाद्या जिवाभावाच्या माणसाला गमावण्याची भिती, आर्थिक नुकसान होण्याची भिती. जितका जास्त तुम्ही विचार करता तितके जास्त तुम्ही नकारात्मक परिणाम प्रकट करत असता.

ज्या क्षणी तुम्हाला जाणीव होते की तुम्ही तणावग्रस्त आहात, त्यावेळी फक्त पाच मिनिटे काढा, डोळे बंद करा, आणि तुमच्या श्वासोच्छवासाकडे लक्ष द्या. याची पुनरावृत्ती करा मग तुम्हाला छान वाटायला लागेल. हे तुमची उर्जाशक्ती वाढवेल आणि तुमचा ताण हलका करायला, आत्मविश्वास वाढायला आणि सकारात्मक विचार करायला मदत करेल.

यावेळी मला दाईसाकू आईकेडा (जपानी बुध्दीस्ट तत्वज्ञानी, शिक्षक आणि लेखक) यांच्या एका वाक्याची आठवण येते. "जिंकण्याचा निर्धार / जिद्द करणे हाच एक जिंकण्याचा उत्तम भाग आहे."

प्रेरित कृती -

दर तासाला पाच मिनिटे काढा, ताण दूर करा, हेतू ठरवा, आणि तुमच्या योजना तयार करण्याची जिद्द ठेवा.

१९. आवडीचा परिपूर्ण कोनाडा शोधा

कोनाडा (Niche) याचा ठराविक अर्थ असा की जे तुमच्यासाठी विशेष आहे, जे तुमच्या आवडीचे आहे ते शोधा आणि तेच करा. तुमची नक्की आवड कशात आहे आणि कुठल्या कार्यात तुम्ही काहीतरी विशेष करु शकता हे शोधणं कठीण आहे. साधारणतः आपल्या शैक्षणिक काळात आपण आपल्या परिक्षेकडे आणि त्यात मिळणाऱ्या चांगल्या मार्काकडे लक्ष केंद्रित करत असतो, त्यानंतर चांगले क्षेत्र आणि चांगले महाविद्यालय निवडतो आणि तिथलं शिक्षण पूर्ण केल्यानंतर तुम्ही या शर्यतीत उतरता. काही लोकांना नोकरी लागते व काही आपला व्यवसाय सुरु करतात. पण अशी वेळ येते की माणसाला अजून नवे शोध व नव्या गोष्टींचा शोध घ्यावासा वाटतो आणि तोच कोनाडा शोधावासा वाटतो.

हाच कोनाडा तुमच्यातले वेगळेपण जपतो आणि तुमच्या विशिष्ट कौशल्याला जुंपतो.

जेव्हा तुम्हाला तुमचा हा कोनश्डा सापडतो, मग तुम्ही कौशल्याने त्या विषयाकडे वळता, तो हाताळता (मांडता). हे फक्त तुम्हालाच नाही तर इतरांसाठीही फायदेशीर ठरते.

आता तुमचे हे नवे कौशल्य प्राप्त करणे हे भयंकर असू शकते जर तुम्ही स्वतःवर विश्वास ठेवला, नाहीतर ते फक्त तुमच्या जिद्दीचे प्रदर्शन असेल. आतून खरा आवाज तेव्हाच येईल जेव्हा तुम्हाला तुमची अव्यक्त (संभाव्य) प्रतिभा जाणवेल आणि तिची ओळख होईल. तुम्हाला वाटेल की एखादं पुस्तक, एखादा लेख किंवा कविता लिहावी;

मनोवैज्ञानिक व्हेरा जॉन स्टेनर यांनी एकदा शंभर सर्जनशील लोकांना प्रश्न विचारला असता सगळ्यांच्यात एकच गोष्टी होती ती म्हणजे त्यांची कामाबद्दल असणारी जिद्द.

तुमची जिद्द (आवड) शोधा आणि ती नंतर वाढवा. ती जिद्द योग्य पध्दतीने वापरल्यानंतर स्वतःचा सन्मान करा.

थॉमस एडीसन यांनी खूप सुंदर पध्दतीने सांगतात की "मी ठरवून एका दिवसाचं असं काम नाही केलं त्यात खरंच मजा होती."

२०. स्वयंप्रेरित होण्याची सवय (स्वतःची उर्जाशक्ती उत्पन्न करणे)

"जसे तुम्ही पैशाला वागवता तसे तुम्ही उर्जाशक्तीला वागवा. ही एक मर्यादित साधन संपत्ती आहे जिला हुशारीने सांभाळावे आणि गुंतवावे लागते."

\- धंदापाणी (हिंदू पंडीत आणि साधू आणि उद्योजक)

आपल्या प्रत्येकाकडे एक संग्रहित ऊर्जाशक्ती असते; अगदी काही जणांना माहीत ही नसते. ही ऊर्जा प्रत्येक वेळी आपले रुप बदलत असते. ज्यांना हे चांगले माहीत असते की ही ऊर्जा कशी उत्पन्न करायची आणि ती योग्य वेळी, योग्य पध्दतीने कशी वापरायची ते खूप मोठ्या यशापर्यंत पोहचू शकतात.

एखाद्याला त्याच्या ध्येयापर्यंत पोचण्यासाठी आणि प्रकटीकरणासाठी मानसिक, भावनिक आणि शारिरिक उर्जेची एकाच वेळी गरज असते.

कुठेतरी हे वाचलं....

"आपल्या सभोवतीची प्रत्येक गोष्ट ही ऊर्जेमुळे तयार झालेली असते. आयुष्यात सकारात्मक गोष्टी आकर्षित करण्यासाठी आधी सकारात्मक ऊर्जा

देणे सुरु करा." - निनावी.

स्वतःची ऊर्जा ओळखायला शिका. जेव्हा तुम्ही उत्साही, आनंदी असता तेव्हा तुमची ऊर्जाशक्ती खूप जास्त असते आणि तुम्हाला खूप सकारात्मक वाटते.

त्याचप्रमाणे जेव्हा तुम्ही खूप थकलेले असता, निराश असता तेव्हा तुमची ऊर्जाशक्ती खूप कमी झालेली असते. ती तुमच्या उत्पादकतेमध्ये अडथळे निर्माण करु शकते आणि त्यामुळे तुम्हाला एखादा धक्काही बसू शकतो.

ज्याप्रमाणे तुम्ही आता स्वतःमध्ये बदल घडवून आणत आहात, तर तुमची ऊर्जाशक्ती तपासण्याची आणि ती योग्य वेळी वापरात आणायची सुध्दा सवय लावून घ्या.

ज्या गोष्टींची तुम्हाला खरंच गरज नाहीये त्या गोष्टींवर तुमची ऊर्जाशक्ती खर्च करु नका. तुमच्या आवडीच्या प्राथमिक क्षेत्रात (Primary Field of Interest (PFI)) उंचीवर जाण्यासाठी आयुष्यातल्या चांगल्या गोष्टींवर लक्ष केंद्रित करा. ऊर्जाशक्ती ही आयुष्यातला अविभाज्य अंग आहे.

तुम्हाला आयुष्यात यशस्वी होण्यासाठी ऊर्जाशक्ती मदत करते. कमी ऊर्जाशक्ती असताना तुम्हाला एका वेळी करण्याची इच्छा असलेल्या खूप गोष्टी तुम्ही करु शकत नाही. मी माझ्या श्वसनावरुन माझी ऊर्जा तयार करतो.

प्रेरित कृती -
दिवसभर ताजेतवाने राहण्यासाठी तुमच्या ऊर्जाशक्तीवर लक्ष केंद्रित करा.

२१. स्वतःशी सकारात्मक बोलण्याची सवय

"स्वतःशी सकारात्मक बोलणे हे संवादाचे खूप शक्तीशाली साधन आहे, कारण एकतर ते तुम्हाला खूप सक्षम बनवते किंवा तुमचा पराभव करते."

- राईट थर्स्टटन (प्रेरणादायी लीडर आणि जागतिक वक्ता)

स्वतःशी सकारात्मक बोलणे आणि पुष्टीकरण (Affirmations) या दोन्ही गोष्टी जवळपास सारख्या आहेत. अगदी किंचित फरक आहे तो म्हणजे पुष्टीकरण हे आपण शब्दात मांडतो आणि स्वतःशी बोलणे हे आपल्या डोक्यात चाललेलं असतं.

सौजन्य :- http://soulhiker.com/affirmations-positive-self-talk-do-they-work

मनुष्यामध्ये काहीही, कुठलीही गोष्ट आकर्षित करण्याची एक अफाट शक्ती आहे. आपण नेहमी कशा शब्दात ते मांडतो, कुठले शब्द आपण वापरतो, सगळं त्यावर अवलंबून असतं. जर तुम्ही तुमच्या मेंदूला सारखं सकारात्मक पध्दतीने सूचना दिल्या तर तुम्ही निरोगी शरीर, आनंद, संपत्ती आणि बऱ्याच गोष्टी आकर्षित करु शकता. अशी शब्द संपत्ती वापरा ज्यामुळे तुमच्या जीवनात चांगल्या गोष्टी घडतील. बऱ्याच वेळा आपला कल हा नकारात्मक भावना आणि शब्दांकडे असतो आणि तो प्रकट होत असतो. एखाद्या गोष्टींबद्दल तुम्ही जितकी तक्रार करता तुम्हाला तेच मिळत असतं. जर तुम्ही सकारात्मक विचार करणे सुरु ठेवले, तुमची ऊर्जाशक्ती जास्त ठेवली आणि जर तुम्ही आयुष्यातल्या चांगल्या गोष्टींबद्दल बोलत आहात तर ते तुम्हाला नक्कीच मिळतील. स्वतःवर शंका घेणे (Self-doubt) हे नक्कीच तुमच्या भावनांना नुकसानदायक ठरु शकते. या उलट स्वतःबद्दलचे प्रेम (Self-love) हे तुमच्या ध्येयपूर्तीसाठी आणि तुमचा कल कुठे आहे यासाठी फायदेशीर असते.

स्वतःशी नकारात्मक बोलणे कसे बदलावे?

हा सगळा तुमच्या मनाचा खेळ आहे. जर तुम्ही तंदुरुस्त आणि उत्स्फुर्त असाल तर तुम्ही चांगल्या गोष्टी आकर्षित करु शकता आणि सकारात्मकता पसरवू शकता. जर तुम्ही स्वतःला निराश समजता तर तुम्ही तुमच्या अजाणतेपणे नकारात्मकता बोलावता.

"तुम्ही जागरुकपणे स्वतःशी बोला. हा एक विश्वाशी संवाद आहे."

-डेव्हिड जेम्स (माजी फुटबॉलपटू)

जेव्हा जेव्हा तुमच्या डोक्यात नकारात्मक विचार येतील तेव्हा प्रयत्नपूर्वक त्यांना सकारात्मकतेकडे वळवा. तुमच्या मनाला सकारात्मक बोलण्याची सवय लावा. आणि मग फरक बघा ! लक्षात ठेवा.. अडचणी आल्या की स्वतःशी सकारात्मक बोलून स्वतःला त्या सकारात्मकतेकडे ओढून घ्या.

प्रेरित कृती -

आयुष्यात जर आनंदी राहायचे आणि यशस्वी व्हायचे असेल स्वतःशी सकारात्मक बोला.

२२. जास्तीत जास्त देण्याची सवय

मी तुम्हाला अगदी मनापासून The Law of success (द लॉ ऑफ सक्सेस) हे नेपोलिअन हिल (Oliver Napoleon Hill - American Self – help author) यांनी १९२५ मध्ये लिहिलेले पुस्तक वाचायची विनंती करतो.

जास्तीत जास्त देण्याची सवय तुमच्या जीवनात खूप नाट्यमयरित्या बदल घडवू शकतो.

निरपेक्षपणे किंवा काहीतरी परत मिळण्याच्या अपेक्षेशिवाय जास्तीत जास्त देण्याची सवय तयार (विकसित) करा.

वॉल्ट व्हिटमन म्हणतात देण्याची सवय ही तुमची देण्याची इच्छा वाढवते. (वॉल्ट व्हिटमन हे एक अमेरिकन कवी, निबंधकार आणि पत्रकार आहेत.)

खरे नेते हे नेहमी त्यांनी ज्याच्यासाठी पैसे दिले आहेत त्यापेक्षा जास्तीत जास्त देत असतात.

शारीरिक शक्ती आणि विचारशक्ती या दोन शक्ती वापरल्यामुळे यशापर्यंत पोहोचता येते.

ज्ञान आणि साधनसंपत्ती वाटण्यासाठी तयार रहा. इतरांच्या भल्यासाठी योगदान करा, ही सवय नक्की तुम्हाला अपेक्षेपेक्षा जास्त मिळण्यासाठी मदत करेल. संबंधित माहिती देणे किंवा वाटणे हे नेहमी मला आनंद देऊन जाते.

प्रेरित कृती -

जे तुम्ही स्वेच्छेने दान करता ते मनापासून करा. बघा किती फरक पडतो ते.

२३. जबाबदारी घेण्याची सवय

ज्या गोष्टी आपल्या बाजूने नसतात त्या गोष्टींविषयी तक्रार करणे हा मनुष्य स्वभाव आहे. हे नैसर्गिक आहे आणि हे होणारंच.

मला अमेरिकन शिक्षक रॅन्डी पाऊच यांचे एका व्याख्यानातलंएक वाक्य आठवतं तक्रार करणे हे धोरणात्मक काम करत नाही. आपल्याकडे खूप मर्यादित वेळ आणि ऊर्जाशक्ती आहे. रडत बसण्यात वेळ घालविणे हे आपल्या यशापर्यंत (ध्येयापर्यंत) पोहोचवू शकत नाही आणि ते आनंददायी पण असू शकत नाही.

हा विचार आपल्याला आपल्या अवती भोवती जे आहे त्या विषयी तक्रार का करु नये हे सांगून जातो. कुठल्याही गोष्टीविषयी तक्रार करण्यात ऊर्जा व वेळ वाया घालवू नये. तोच वेळ आपण आपल्यात चांगल्या सवयी आणि स्वतःमध्ये बदल घडविण्यात उपयोगी आणू शकतो. जर तुम्ही एखाद्याची एखादी गोष्ट बदलू शकत नाही तर तुम्ही त्यात तुमचा वेळ वाया घालवता कामा नये. तुम्ही त्याकडे पाहण्याची वृत्ती बदला आणि तुम्हाला जाणवेल ते बदललेलं आहे.

कुणीही इतकं परिपूर्ण नसतं की इतरांवर टीका करेल आणि आपल्याकडे जे नाही त्याबद्दल तक्रार करेल. तुम्ही तुमच्या मनावर संयम ठेवला तर ते तुम्हाला नक्कीच मिळेल, स्वतःला शिस्त लावा, तुमच्यात जे आहे त्याबद्दल कृतज्ञता व्यक्त करा. जितकी जास्त तुम्ही तक्रार कराल तितकं तुम्हाला कमी मिळेल. जितकं जास्त तुम्ही विश्वाविषयी (Universe) कृतज्ञ राहाल तितकं जास्त तुम्हाला मिळेल.

आजपासूनच जीवनातल्या जबाबदाऱ्या घ्या आणि बदल घडवा.

कुणालाही दोष न देता अडथळे पार करा. कुणीही तुमच्या सद्यस्थितीची जबाबदारी घेणार नाही, तुम्ही स्वतः जबाबदारी घ्या आणि इतरांना त्यामुळे प्रेरणा मिळेल अशारितीने बदल घडवा.

ज्या क्षणी मला जाणीव झाली, त्या क्षणी मी माझे वाचन, लेखन आणि सार्वजनिक चर्चा करण्याची कला यामध्ये सुधारणा करण्याची जबाबदारी घेतली. मी माझ्या खर्चाचीही जबाबदारी घेतली.

प्रेरित कृती -

इतर लोक तुम्हाला नक्कीच मार्गदर्शन करतील पण तुम्हाला तुमच्या जीवनात बदल घडवून आणण्याची जबाबदारी घेण्याची गरज आहे आणि हे फक्त तुम्हीच करु शकतात.

२४. क्षमा करण्याची सवय

"इतरांना क्षमा करा. फक्त त्यांना क्षमा हवीय यासाठी नाही तर तुम्ही शांतता आणि समाधानासाठी पात्र आहात म्हणून."

- जॉनॅथन लॉकवुड ह्युई (आनंदाचे तत्वज्ञानी आणि स्व-जागरुकता पुस्तकांचे लेखक)

जसे तुम्ही महत्वाचे आहात तसे इतर लोकही महत्वाचे आहेत. जसे तुमचे जीवन महत्वाचे आहे तसे इतरांच्या जीवनातील बाबीही महत्त्वाच्या आहेत.

आपण काही परिपूर्ण नसतो. आपल्याकडूनही बऱ्याच चुका होत असतात. ज्याप्रमाणे इतरांनी आपल्याला क्षमा करावी असे आपल्याला वाटत असते त्याचप्रमाणे आपणही क्षमा करण्याची कला आपल्या मनाला शांतता मिळावी यासाठी शिकून घ्यावी. त्यासाठी एकही पैसा लागत नाही.

आरामात टेकून बसा, डोळे बंद करा आणि (आईवडिल, मित्र, कुटुंबातील इतर सदस्य, ऑफीसमध्ये सोबत काम करणारे सहकारी) प्रत्येकाबद्दल विचार करा. ज्यांनी भूतकाळात तुम्हाला दुखावलं आणि तुमच्याकडून कोणी कळत नकळतपणे दुखावले गेले असेल, तर सर्वांना क्षमा करा आणि त्यांनाही तुम्हाला क्षमा करण्याची विनंती करा. मग तुम्ही तुमचं बदलेलं वागणं निरिक्षण कराल आणि तुमचा आनंद द्विगुणित होत जाईल.

आपल्यापैकी बऱ्याच जणांना, आपणाला ज्यांनी दुखावलं आणि आपण ज्यांना दुखावलं अशा माणसांशी प्रत्यक्ष संवाद साधणं अवघड जातं. यासाठी वर दिलेला उपाय सहजरित्या करता येईल आणि हे तुम्हाला तुमच्या मनावरचा ताण हलका करायला मदत करेल ज्याचं ओझं तुम्ही बऱ्याच मोठ्या काळापासून बाळगत आहात. जर तुम्ही त्यांच्याशी संवाद साधून नातं पूर्वीसारखं करायचा प्रयत्न केलात तर नक्कीच याच्यासारखी दुसरी गोष्ट नाही. स्वतःच्या व्यक्तीमत्वामध्ये बदल करण्याच्या प्रवासात क्षमा करणे हे खूप मोठे पुण्य आहे. ते तुम्हाला माहीत नसतानाही तयार ठेवते.

मी अजूनही क्षमा करण्याचा सराव करतो आणि मी माझ्या शिष्यांनाही क्षमा करण्याचे महत्व सांगतो.

प्रेरित कृती -

आधी स्वतःला माफ करण्याची सवय करा. इतरांकडूनही क्षमा प्राप्त करा.

२५. काम त्वरेने करण्याची सवय (लगेच करण्याची सवय) (The Habit of Do-it-Now)

काहीतरी नवीन सुरु करण्यासाठी आपण योग्य वेळेची वाट बघत असतो मग तो नवीन जॉब (नोकरी) असो किंवा नवीन व्यवसाय असो किंवा एखादी नवीन सवय लावून घेणे असो. हा तो विलंब असतो जो तुम्हाला कृती करण्यास वेळ लावतो. पण खरं सौंदर्य हे "आता" करण्यात असतं.

प्रयत्नपूर्वक एखादी गोष्ट जर तुम्ही करु शकत असाल तर लगेच / आता करा. चांगले भविष्य मिळवण्यासाठी आधी वर्तमानावर विश्वास ठेवा !

तुम्ही भूतकाळात जाऊन तुमचा वाया गेलेला वेळ परत आणू शकत नाही; सगळं चांगलं होण्यासाठी तुमच्या वेळेचा उपयोग सुनिश्चित करा.

जसे थिच न्हात हा (व्हिएतमामी साधू आणि वैश्विक अध्यात्मिक गुरु) यांनी बरोबर सांगितलंय.

"जो गेला तो भूतकाळ होता, भविष्यकाळ अजून यायचाय. आता आपण मागे जाऊन जीवनात डोकावू शकत नाही. आता (Now) तुमचे जीवन सुरु करा आणि भविष्यातल्या फायद्याचे फळ मिळवा."

माझा असा ठाम विश्वास आहे, की करा किंवा करु नका पण त्यावर रडू नका (निराश होऊ नका). फक्त ही "लगेच काम करण्याची (Do-it-Now) फक्त ५ मिनिटांची सवय लावून घ्या. यामुळे खरंच तुम्ही तुमच्या आतल्या प्रतिकारशक्तीवर मात कराल जी तुम्हाला पुढे जायला थांबवत आहे. ज्यावेळी "तुम्ही काम लगेच करायची (Do-it-Now) ५ मिनिटांची सवय लावून घेता त्यावेळी खरंच तुमची भीती पळालेली असते आणि तुमच्या आरामक्षेत्रातून बाहेर येता ही सवय तुमच्या मनाला छोटी छोटी पावलं (पायऱ्या) घ्यायला भाग पाडते आणि ही पावलं तुम्हाला तुमच्या विकासाचे, वाढीचे आणि सकारात्मक हालचालीचे संकेत देते. तुमचे विचार प्रमाणित होण्यापेक्षा आणि कुठल्याही कामात वेळ वाया घालवण्यापेक्षा ते काम लगेच करा (Do-it-Now)

लगेच काम करणे ही वर्तमानकाळात होणारी गोष्ट आहे. तुम्ही तुमचा भूतकाळ बदलू शकत नाही. भूतकाळ हा एक तुमच्या आयुष्यातला महत्वाचा पैलू आहे आणि तो तुमच्या वर्तमानाला आकार द्यायला मदत करत असतो. जे तुम्हाला करायची इच्छा आहे ते वर्तमानातच करा.

लगेच करणे (Do-it-now) ही सवय तुम्हाला तुमची ऊर्जाशक्ती कमी होण्याआधी ती कृती ताबडतोब करण्यासाठी चिथावणी देते (तयार करते) ही सवय स्वतःवर शंका

घेण्याआधी ही कृती करण्यासाठी प्रेरणा देते. चांगला बदल आणि चांगल्या सवयी यांना प्रमाण देण्याची गरज नाही.

प्रेरित कृती -

चांगल्या सवयी लावून घेण्याचा सोपा मार्ग म्हणजे काम लगेच करणे. (Do-it-now)

२६. भितीवर मात करण्याची सवय

आपण अनुभवतो ती भिती एक नैसर्गिक प्रवृत्ती आहे. आपल्या जीवाभावाच्या माणसाला गमावण्याची भिती, नोकरी गमावण्याची भिती, आर्थिक नुकसान होण्याची भिती असं म्हणतात भिती म्हणजे खरं दिसण्याचा खोटा पुरावा Fear (False evidence appearing real) जे फक्त तुमच्या कल्पनेत असतं.

लहानपणी माझे मित्र उंच भिंतीवरुन उड्या मारत असत पण मला त्याची भिती वाटायची, मी पडेन आणि मला जखम होईल. माझे मित्र मला मदत करायचे, हळूहळू मी उडी मारण्यासाठी आणि काठावर चालण्यासाठी आत्मविश्वास गोळा केला आणि मी ते केलं.

भिती मूळ कल्पनेतसुध्दा असते.

आपण भिती वाटून घेण्याची गरज नाही. त्यामुळे आपण फक्त कमकुवत होतो. त्या भितीवर मात करा आणि तिला हरवायला शिका मग तुम्हाला जाणीव होईल की तुम्ही किती सामर्थ्यवान आहात.

आपण भितीला कसे हरवू शकतो?

१) विश्वास - विश्वास नेहमी भितीला हरवतो (Faith)

२) विश्वास - मी माझ्या भितीपेक्षा ताकदवर आहे (Belief)

३) स्वप्न - भितीशिवाय स्वप्न पहा आणि प्रमाणाबाहेर प्रेम करा. (Dream)

४) धैर्य - धैयाला माहीत असतं की भितीला कसं हरवायचं (Courage)

५) कृती - तुम्हाला जे हवंय त्यावर कृती करा. काहीतरी मिळवण्यासाठी निर्धारित रहा. ही कृती तुम्हाला पुढे जाण्यासाठी आणि ध्येयपूर्तीसाठी नक्की मदत करेल आणि भितीचा या युध्दात नक्की पराभव होईल. Action

६) ज्ञान - राल्फ बाल्दो इमन्सन (अमेरिकन कवी आणि निबंधकार) म्हणतात की "ज्ञान हा भितीवरचा उतारा आहे." जितकं तुम्ही शिकाल, ज्ञान मिळवाल तितकी तुमची प्रगती होईल. (Knowledge)

७) मानसिकता - भक्कम मानसिकता ही भिती आणि चिंतेवर मात करायला मदत करेल (Mindset) आपला नेहमी जास्त विचार करण्याकडे कल असतो. विशेषतः तेव्हा जेव्हा नकारात्मक विचार आपल्या मनात असतात तेव्हा आपल्याला भिती वाटत असते. मानवी स्वभावानुसार सुरुवात करण्याआधी किंवा ध्येयाकडे नेणारी छोटी पावलं उचण्याआधी आपण प्रत्यक्ष परिणामांचा (Conclusions) विचार करतो. भिती ही जास्त

मोठी होत जाते कारण त्या भितीला आपण आपल्या मनात मोठं करत जातो, तिची ऊर्जा जास्त वाढवतो.

त्यासाठी एक गोष्ट करा शांत बसा, विश्लेषण करा, स्वतःला तपासा की हे काय आहे? कुठली भिती मला सतावत आहे? तुमचे विचार लिहून काढा. लिहिताना स्वतःला विचारा की ही भिती खरी आहे की हा माझ्या मनात सुरु असलेला खेळ आहे?

प्रयत्नपूर्वक खोलवर जाऊन विचार करा, काय उत्तरं मिळते ते?

कशी मात कराल?

स्वतःला विचारा " या सगळ्यावर मी मात करु शकेन का?" जर उत्तर 'हो' आलं तर ५ मिनिटांच्या आत कृती करायला सुरुवात करा (कामाला लागा). जर उत्तर 'नाही' आलं तर पुन्हा स्वतःला विचारा यावर मात करण्यासाठी मला कोण मदत करेल? मला कशी मदत मिळेल ? शोधायला शिका.

इथे मी माझा अनुभव सांगू इच्छितो. मला लोकांसमोर, (जनसमुदायासमोर) बोलायची भिती वाटत होती, विशेष करुन इंग्रजीमध्ये संवाद करणे, लोकांसमोर जाणे आणि इमेल्स लिहिणे. मला या सगळ्यांचा प्रतिसाद कसा मिळतो त्यावरुन नेहमी चिंता असायची. या सगळ्या भितीवर मात करण्यासाठी मला काहीतरी करावे वाटत होते. मग मी माझे व्हिडीओज, माझे विचार युट्युबच्या माध्यमातून लोकांसमोर मांडायचे ठरविले. माझ्या व्हिडीओबद्दल मला लोकांकडून चांगला प्रतिसादर मिळाला आणि त्यामुळे मला माझा आत्मविश्वास वाढायलाही मदत झाली. मला उत्तर आणि प्रतिसाद मिळण्याची चिंता नाही. खरं म्हणजे आता मला त्यापेक्षा जास्त आत्मविश्वास वाटतो तसेच मी सतत माझ्या चुका सुधारत आहे.

प्रेरित कृती -

छोट्या पण सुसंगत कृती करुन सामोरं जाऊन भितीवर मात करा. तुमची दररोजची सुसंगत कृती तुमच्या भितीला छोट करेल.

२७. ऐकण्याची सवय

"बरेच यशस्वी झालेले लोक जे मला माहीत आहेत ते बोलण्यापेक्षा जास्त ऐकतात."

- बर्नार्ड बरुच (अमेरिकन गुंतवणूकदार)

समोरच्या व्यक्तीचे बोलणे ऐकण्याची सवय तुम्हाला चांगला श्रोता बनवू शकते. लक्षपूर्वक ऐकण्यामुळे तुम्हाला अपेक्षेपेक्षा जास्त माहिती मिळू शकते. आपले गुरु किंवा रोगनिवारण तज्ञ कसे बोलतात ते लक्षपूर्वक ऐका आणि मगच प्रतिक्रिया द्या.

- चांगल्या श्रोत्याच्या पाच सवयी

१) जागरुक रहा - यश मिळवण्यासाठी ऐकणे हे अत्यावश्यक आहे. तुम्हाला जेवढं हवं आहे तेवढंच न ऐकता समोरचा वक्ता काय बोलतोय ते पूर्ण काळजीपूर्वक ऐका.

२) प्रतिक्रिया (प्रतिसाद) देण्यापूर्वी एक क्षणाचा विराम घ्या – समोरच्या व्यक्तीचे बोलणे झाल्यावर प्रतिक्रिया देण्याची घाई करु नका. त्यांच्या मुद्दयांची नोंदणी करा, प्रतिक्रिया देताना/बोलताना एक क्षण विराम घ्या (विचार करा).

३) खुल्या मनाने ऐका - बऱ्याच वेळा असं होतं की समोरचा व्यक्ती काय बोलतोय ते आपल्याला माहीत असतं किंवा आपण समजू शकतो. खुल्या मनाने, कुठलीही समजूत न करुन घेता समोरचा व्यक्ती काय बोलतो ते ऐका.

४) अस्वस्थ असणाऱ्यांबरोबर मोकळेपणाने (आरामशीर) रहा – बऱ्याच वेळा जी गोष्ट तुम्हाला अस्वस्थ करते ती तुम्ही ऐकायला किंवा बोलायला तयार नसता. एखादा वक्ता जर अर्धवट माहिती देत असेल किंवा तुम्ही त्याच्या बोलण्याशी त्यांच्या मुद्द्यांशी सहमत नसाल तर तुम्ही त्यांचे बोलणे थांबवण्याचा आग्रह करु शकता. संयम ठेवायला शिका, पूर्णपणे ऐकून घ्या, विराम घ्या आणि मग ठळक मुद्द्यांवर बोला.

एक चांगला श्रोता - आरामशीर बसा, तुमच्या शरीरावर नियंत्रण ठेवा (हालचाल न करता), बोलताना जर वक्ता तुमच्याकडे बघत असेल तर तुम्हीही त्याच्याकडे बघा, मधून मधून त्याला होकार देणे (सकारात्मक प्रतिसाद) हे वक्त्यासाठी प्रेरणादायी संकेत असतो.

कदाचित मी हे शिकलो नसतो आणि ते मनावर बिंबवलं नसतं तर ही सवय माहीत नसती. संवाद करताना मी आधी समोरच्या माणसाला बोलायला देतो आणि मी

लक्षपूर्वक ऐकतो. ते म्हणतात "ऐकणे ही एक कला आहे." आणि नक्कीच ऐकल्यामुळे तुम्हाला खूप काही शिकायला मिळते.

जर तुम्हाला एखाद्या चांगल्या वक्त्याचे बोलणे ऐकण्याची संधी मिळाली तर लक्षपूर्वक प्रत्येक विधान, प्रत्येक शब्द ऐका आणि त्यांच्या बोलण्याच्या पध्दतींकडे लक्ष द्या. लक्षपूर्वक ऐकणे शिकले पाहिजे.

प्रेरित कृती -

जास्तीत जास्त शिकण्यासाठी आधी ऐकण्याची सवय विकसित करा.

२८. हसत राहण्याची सवय

“हसणे ही आत्म्याची भाषा आहे.”

- पाबलो नेरुडा (चिलीचे कवी, राजकारणी मुत्सद्दी)

आपण सगळे नेहमी ऐकतो की हसणे हे एक सर्वोत्तम औषध आहे. हसणं तुमच्या स्नायुंना, हृदयाला आणि फुफ्फुसांना उत्तेजना देत असतं. तुमचा मेंदू एन्डॉर्फिन सोडतो आणि इतर रसायनं जे तुमच्या शरीराला दुखण्यापासून ताणतणावापासून आराम देतं आणि पुढेही चांगलं ठेवतं.

नॉर्मन भावंडाच्या (प्राध्यापक आणि पत्रकार) म्हणण्यानुसार दहा मिनिटांचे हसणे तुम्हाला वेदनामुक्त झोप मिळवून देते.

जेव्हा जमेल तेव्हा हसा मग एकटे असाल किंवा कुणाबरोबर. फक्त पाच मिनिटे द्या आणि तुम्हाला जाणवेल की तुमची ऊर्जाशक्ती एका चांगल्या थराला पोहोचलेली असेल. ज्यामुळे तुम्हाला हसू येईल अशा गोष्टी आठवा. आपल्याकडून झालेल्या चुकांवर हसा, फक्त हसा. तुम्हाला जाणवेल की तुम्हाला दिवसभरासाठी किती ऊर्जा मिळाली ते.

तुमचं हसणं लहान मुलासारखं आणि संसर्गजन्य असू द्या, हा एक आनंद पसरवण्याचा चांगला मार्ग आहे.

नवीन परिसर, शेजारी शोधा नवीन माणसांना भेटा, कुठे एखाद्या हास्यक्लब आहे का शोधा आणि त्यात सामील व्हा.

प्रेरित कृती -

हसणे हे एक सर्वोत्तम औषध आहे. मोठ्याने हसायला शिका.

२९. आनंदी राहण्याची सवय

"सगळ्या मानवी क्रियांचे ध्येय हा आनंद असला पाहिजे."

- ॲरिस्टॉटल

भूतकाळात घर करणे हे फक्त वेळ वाया घालविणे आहे. जोपर्यंत तुम्ही तुमच्या चुकांमधून काही शिकत नाही आणि त्या दुरुस्त करत नाही.

तुमचा आनंद तुमच्या हातात आहे. स्वतःला आणि जीवनातल्या गोष्टींना इतरांबरोबर तुलना करु नका, हे करुन तुम्हाला काहीही मिळणार नाही. इतरांशी तुलना करणे म्हणजे वेगवेगळे ठिपके जोडणे.

आनंद छोटछोट्या गोष्टींमधूनही मिळू शकतो.

तुम्ही काय काम करता त्यावरही तुमचा आनंद अवलंबून असतो. समजा तुम्ही एखादं (Gadget) यंत्र घेतलं तर एका दिवसासाठी फार तर एका आठवड्यासाठी खूश होता. नंतर ती आनंदाची पातळी जिथे होती परत तिथेच जाते. जेव्हा तुम्ही तुमची आवड जपता, मग ती कुठलीही असो शिकणे असो, एखादं वाद्यं वाजवणं असो, लिखाण असो किंवा अजून काहीही असो तेव्हा तुम्ही एखादं यंत्र विकत घेतल्यावर जितके आनंदी होता त्यापेक्षा जास्त आनंदी होता. आता तुम्ही ते काम करत आहात जे तुम्हाला खरंच मनापासून आवडतं. पुन्हा जर तुम्ही अजून खोलात गेलात तर तुम्हाला समजेल की हा तुमचा आनंद जास्त वेळ टिकला.

देण्याचा आनंद (Joy of giving) किंवा जिथे तुमचं महत्वाचं योगदान तेही अपेक्षाविरहित असतं तेव्हा तुम्हाला तुमच्या आयुष्याचा हेतू समजतो आणि

हेच खूप काळ टिकणाऱ्या आनंदाचे गुपित असते.

देण्याचा आनंद (Joy of giving) हे एक आनंद शोधण्याचे उत्तम उदाहरण आहे. छोट्या छोट्या यशामध्ये ही आनंद शोधता येतो. मला लोकांना त्यांची

ताकद इतरांसमोर उघड केल्यावर, त्यांच्या आवडी उघड केल्यावर आणि लोकांना त्यांच्या सवयी घडविण्यासाठी सक्षम बनवल्यावर आणि त्यांच्या आयुष्याचा हेतू सांगितल्यावर खूप आनंद मिळतो. ही गोष्ट मला अफाट आनंद देऊन जाते. लोक जेव्हा त्यांच्या लवकर उठण्याच्या किंवा व्यायाम करण्याच्या पाच मिनिटांच्या चमत्कारिक सवयींबद्दलचा अनुभव सांगतात तेव्हा खूप आनंद वाटतो.

ॲलन कोहेन (प्रेरणादायी लेखक) सांगतात की "जे तुमच्याकडे आहे त्यात खूश रहा. जे तुम्हाला मिळवायचे आहे त्यासाठी उत्सुक रहा."

प्रेरित कृती -

जेव्हा तुम्ही तुमच्या आवडीचं काम करता तेव्हा तुम्हाला कळतं की तुमचा आनंद कशात लपला आहे. तुमच्या आयुष्याचा हेतू शोधा.

३०. पैसे बचत करण्याची सवय

"बचत करण्याची सवय ही स्वतःमध्ये एक शिक्षण आहे, ती पुण्य जमा करते, स्वतःला नकार द्यायला शिकविते, पूर्वविचार करायला शिकविते, आदेशाची भावना वाढवते, आणि म्हणून मन अजून मोठे व्हायला मदत होते."

- (थॉमस टी. मन्गर) (अमेरिकन अब्जाधीश, गुंतवणूकदार)

पैशांची बचत करणे ही खूप चांगली सवय आहे. खर्च करणे ही अजून एक सवय आहे; आपल्याला जे हवं आहे, जे गरजेचं आहे त्यावर आपण खर्च करतो. आणि बऱ्याच वेळा आपण गरज नसताना (अकारण) खर्च करतो, अशा गोष्टी ज्या आपण भविष्यात कधी वापरणार ही नसतो. आपण तो पैसा आपल्यासाठी वाचवू शकत नाही का?

जे गरजेचं आहे तेच खरेदी करा आणि जे गरजेचं नाही त्यावर खर्च करण्यावर अंकुश ठेवा.

पैसे वाचवण्याची सवय म्हणजे काय?

आपल्यापैकी बरेच जण नोकरी करुन, स्वतंत्र व्यवसायातून पैसे कमवतात. एकदा आपल्याला पैसे / पगार मिळाले की आपण सगळे बिल भरतो, आवश्यक त्या वस्तू खरेदी करतो आणि याचबरोबर आपल्याला त्या पैशांचा थोडा भाग बाजूला काढून ठेवला पाहिजे - याला म्हणतात "बचत". जिथे तुम्हाला परतावा (प्रतिफळ) चांगला मिळेल तिथे गुंतवा.

जर तुमचे लक्ष्य आर्थिक स्वातंत्र्य हे असेल तर तुम्ही तुमची बचतीची सवय विकसित केली पाहिजे.

प्रत्येक छोटीशी बचत केलेली रक्कमही पुढच्या फक्त काही वर्षांतच आश्चर्य निर्माण करु शकते. आणि तुमची ही बचतीची सवय पाहून तुम्हालाच नवल वाटेल.

सर्वांत आधी प्रत्येक महिन्याला फक्त छोट्या (काही) टक्क्यांमध्ये आपला उत्पन्नाचा भाग आधी स्वतःसाठी बाजूला काढा आणि हळूहळू तो टक्का नंतरच्या काही महिन्यांत वाढवा. ही रक्कम 'साठा' म्हणून तुमच्या अनपेक्षित आकस्मिकतेसाठी उपयोगी येऊ शकतो. या सवयीचा सराव केला तर तुम्ही एक चांगली रक्कम तुमच्या पुढे काही वर्षांच्या खर्चासाठी साठवू शकता.या बचतीच्या सवयीमुळे तुमच्याकडे जो संग्रह पुरेसा तयार होईल, मग तुम्ही या रकमेचं काय करायचं ते शिकाल, मग तुम्ही त्याची काही गुंतवणूकही करु शकता. गुंतवणूकीबद्दल कशी माहिती मिळवायची शिकलात की आर्थिक नियोजकाचा (Financial Planner) चा सल्ला घ्या.

मी नेहमी लक्षात ठेवतो की ज्यांच्याकडे पैसे वाचवण्याची सवय आहे त्यांच्याकडे संधी चालून येत असतात.

ज्या लोकांकडे पैसे बचतीची सवय आहे त्यांची काही वेगळी वैशिष्ट्ये सुध्दा आहेत ही वस्तुस्थिती आहे आणि त्यामुळेच ते इतरांपेक्षा वेगळे वाटतात.म्हणून तुम्हाला जर ह्या आर्थिक स्वातंत्र्याच्या मार्गावर चालायचे असेल तर तुम्ही तुमची ही सवय विकसित केलीच पाहिजे "बचतीची सवय."

जीवनात सर्वांत महत्वाची गोष्ट आहे स्वातंत्र्य. प्रत्येक स्वातंत्र्य हे आर्थिक स्वातंत्र्याशी निगडीत आहे. आणि जर ही सवय तुम्हाला विकसित करण्यासाठी कशाचा त्याग करावा लागला तर तो त्याग आता करा. तुम्हाला जर जीवनात महानता मिळवायची असेल तर कुठलेही निमित्त न करता बचतीची सवय लावा.

पैशांची बचत ही तुमच्या आर्थिक स्वातंत्र्याला अर्थ देते.

जेव्हा तुम्ही बचत करता आणि तुमच्या खात्यावर वाचवलेले पैसे बघता तेव्हा तुम्हाला आनंदी आणि सकारात्मक वाटते. ही सकारात्मक जाणीव सकारात्मक उर्जा देते आणि इथे आकर्षणाचा नियम (Law of attraction) लागू पडतो आणि तुम्ही अजून पैसे आकर्षित करता.

ही बचतीची सवय मी श्रध्देने आत्मसात केली आणि अखेरीस मी कर्ज मुक्त झालो.

आपण विपुलता कशी प्रकट करायची ते शिकलो. आपण पुष्टीकरण कसे करावे ते शिकलो आणि आपण आपले ध्येय कसे नोंद करावेत आणि स्व-शिस्तीने ते कसे साध्य करावे हे ही शिकलो.

तुमच्या चांगल्या उत्पन्नाचे, चांगल्या आरोग्याचे आणि आनंदाचे प्रकटीकरण करा.

प्रत्येक वाईट सवय ही चांगल्या सवयीने बदला (भरुन काढा)

प्रेरित कृती -

आधी स्वतःला पैसे द्या, एकदा तुम्हाला तुमचे उत्पन्न मिळाले आणि तुम्हाला जर नोकरी असेल तर तुमच्या उत्पन्नातून १ टक्का बाजूला ठेवा आणि हळूहळू वाढवा

.

३१. संगीत ऐकण्याची सवय

"मला असं वाटतं की संगीत हा एक उपचार आहे. ही एक मानवतेची स्फोटक अभिव्यक्ती आहे. हे असे काही आहे जे आपल्या मनाला स्पर्शन जातं. आपण कुठल्या संस्कृतीमधून आहे यापेक्षा प्रत्येकाला संगीत आवडतं हे महत्वाचं आहे."

- बिली जॉएल (अमेरिकन गीतकार आणि गायक)

मला टेलिव्हिजन बघणं कधीच आवडलं नाही त्यापेक्षा मी संगीत ऐकण्याला जास्त प्राधान्य देतो, माझा कल अध्यात्मिक गाण्याकडे जास्त आहे.

आपला सगळ्यांचा कल हा संगीतातल्या वेगवेगळ्या शैलींकडे असतो जे की साहजिकच आहे. कुणी तुम्हाला तुमच्या संगीतातल्या आवडीनिवडीनुसार पारखू शकत नाही. हे सगळं तुमच्या मनाचा कल (मुड) कुणीकडे आहे आणि तुम्ही कोणत्या प्रकारचं संगीत ऐकता त्यावर अवलंबून आहे.

प्रेरित कृती -

तुमच्या दिनचर्येतून थोडा वेळ काढा आणि तुमचा ताण घालवण्यासाठी आणि छान वाटण्यासाठी संगीत ऐका.

३२. फोटो संग्रहाची सवय

"फोटो घेणे / काढणे यामुळे जीवनाच्या प्रत्येक शंभराव्या क्षणाचा / सेकंदाचा तीव्रतेने आस्वाद घेता येतो."

- मार्क रिबॉड (फ्रेंच फोटोग्राफर)

फोटो म्हणजे तुमच्या आयुष्यभराच्या आठवणी पकडून ठेवणे. आठवणी निर्माण करा आणि प्रयत्नपूर्वक त्या आठवणी फोटोमध्ये धरुन ठेवा. तुमच्या फोटोमधली गॅलरी आणि काही जुने अल्बम्स न्याहाळताना तुम्हाला कदाचित आश्चर्य वाटेल. तुमच्या चेहऱ्यावर हसू येणार नाही का?

फोटो काढणे आणि आठवणींचा संग्रह करुन ठेवणे ही एक चांगली सवय आहे, ही सवय तुम्हाला तुम्ही इतकी वर्षे कशी प्रगती केली आहे ते सांगते.

"कधीकधी एखाद्या क्लासला सुट्टी मारुन मित्रांसोबत मजा करणे ही चांगले असते कारण जेव्हा मी मागे वळून बघतो तेव्हा मार्क्स बघून नाही तर आठवणींना बघून हसू येते."

- ए. पी. जे. अब्दुल कलाम (भारतीय वैज्ञानिक आणि भारताचे पूर्व राष्ट्रपती)

प्रेरित कृती -

फोटो जपून ठेवा, तो पकडून ठेवलेला आठवणींचा एक अमूल्य ठेवा आहे.

३३. दान करण्याची सवय (उदारपणाची सवय)

"दान केल्याने कुणी कधीही गरीब होत नाही."

- ॲना फॅन्क (जर्मन- उच डायरीस्ट)

तुम्ही तुमच्या चांगल्या आयुष्यासाठी कमवत असता. तर ते अजून चांगले होण्यासाठी तुम्ही काय कराल तर तुम्ही काहीतरी दान करणे किंवा इतरांचे आयुष्यही चांगले होण्यासाठी काहीतरी योगदान करा. समाजाचं देणं परतफेड करण्याची ही संधी आहे आणि तुम्हाला त्याचे आशीर्वाद ही मिळतात. जसे आपण श्वासोच्छवास (श्वास घेतो आणि सोडतो) अगदी तसेच. आपण कमवतो आपण खर्च करतो, मग का एखाद्या गरजुला मदत करु नये? दान करण्याचा आनंद हा एक अफाट आनंद असतो आणि ते एक आदर्श कार्य आहे.

एखादं कारण ओळखून दान करा आणि त्याच्याशी सुसंगत रहा. त्यात फार मोठ्या रकमेची अपेक्षा नसते, तुम्हाला जेवढं जमेल तेवढं करा. बरेच असे उदार लोक आहेत की जे दान करायला कधीही मागेपुढे पाहत नाहीत, अगदी त्यांच्या दानाबद्दल जगाला माहितीही नसतं. भव्यदिव्य कार्यक्रमामध्ये पैसे उडवण्यापेक्षा वृध्दाश्रमात आणि अनाथाश्रमात दान का करु नये?

"फक्त दान करण्यामुळे तुम्हाला तुमच्याकडे आहे त्यापेक्षा जास्त मिळतं."

- जिम रॉन (अमेरिकन उद्योजक)

प्रेरित कृती -

एखाद्या गरजुला पैसे किंवा त्याला गरजेची गोष्ट दान करा, जर तसे तुम्ही करु शकत नसाल तर ज्याला मदतीची गरज आहे अशा कुणाला तुमचा वेळ द्या.

३४. रोजनिशी लिहीण्याची सवय

"रोजनिशी लिहील्यामुळे तुम्हाला तुमच्या ध्येयाची आणि तुम्ही जीवनात मिळविलेल्या शिक्षणाची आठवण राहते. त्यामुळे तुम्हाला अशी जागा मिळते ज्यामुळे तुम्ही स्वतःशी विचारशील संवाद करु शकता."

- रॉबिन शर्मा (कॅनाडिअन लेखक, "Monk who sold his Ferrari" चे प्रसिध्द लेखक)

रोजनिशी लिहिणे म्हणजे काय? जीवन हा असंख्य अनुभवांचा प्रवास आहे जिथे प्रत्येक पावलावर आणि वळणावर काहीतरी नवीन शिकायला मिळते.

तुम्ही हे सगळं तुमच्या मनात कायमचं नोंदवू शकता का? असो, तुम्हाला सगळ्याच नाही पण काही गोष्टी आठवू शकतात. रोजच्या रोज लिहिल्यामुळे तुम्हाला त्या काही विशिष्ट आठवणी तुम्हाला तारीख आणि वेळेसकट नोंद ठेवायला मदत होते. त्यामुळे तुम्ही तुमच्या कल्पना ज्या तुम्हाला शोधायच्या आहेत, तुमचे विचार आणि तुमचे अनुभव यांच्या नोंदी राखून ठेवू शकता. ही एक स्वसंवाद साधायची पण एक पध्दत आहे. रोजनिशी लिहिणे तुम्हाला तुमचे विचार आणि भावना मांडायला/व्यक्त करायला मदत करते, जे तुम्ही इतर कुणालाही सांगू शकत नाही. नोंद केलेल्या अनुभवामुळे तुम्हाला नक्कीच बरेच काही शिकायला मिळू शकते. जसे आपण आपल्या आठवणी फोटोमध्ये धरुन ठेवू शकतो तसेच आठवणी आणि विचार रोजनिशी मध्ये कैद करून ठेवू शकतो.

लिहिल्यामुळे तुमचा शब्दकोष / शब्दसंग्रह विकसित होतो तसेच तुम्ही नेहमी क्रियाशील राहता.

डायरी आणि रोजनिशी या मुळात दोन वेगळ्या गोष्टी आहेत. डायरी मध्ये तुम्ही तुमचे वैयक्तिक अनुभव राखून ठेवू शकता. रोजनिशी ही थोडी सामान्य असू शकते जरी ते तुमच्या आणि तुमच्या अनुभवांभोवती मोठ्या प्रमाणात फिरत असते.

रोजनिशी तुमचे भूतकाळातले अनुभव धरुन ठेवते, तुम्ही केलेल्या चुका ओळखून त्याच्या विशिष्ट बाजूने सुधारणा करण्यास मदत करते. तुम्ही त्यात प्रेरणादायी विचार लिहू शकता की तुम्ही कसे त्याबद्दल विचार करता आणि त्या गोष्टींची आपल्या आयुष्यात कशी अंमलबजावणी करु शकता. तुम्ही तुमचे पुष्टीकरण, कृतज्ञता व्यक्त करु शकता, ध्येयाची नोंद करुन ठेवू शकता आणि ती स्वप्नं लिहू शकता जी तुम्हाला सत्यात आणायची आहेत.

एक डायरी आणि रोजनिशी अजूनही तुमचे वैयक्तिक मालकीचे आहेत.

प्रेरित कृती -

रोज लिहिण्याची सवय विकसित करा. त्यासाठी फक्त पाच मिनिटे लागतात.

३५. आनंदी वृत्ती ठेवण्याची सवय(लवचिकतेची सवय)

“हार मानू नका, सात वेळा पडा, आठ वेळा उठा.” ("Never give up, fall down seven times, get up eight.")

- सुप्रसिध्द जपानी म्हण.

माझ्या परिसंवादांमध्ये बऱ्याच अशा लोकांना भेटलो आहे जे आपल्या आयुष्यात वेगवेगळ्या मार्गावरुन चालतात. काही लोक हे सगळं खूप सकारात्मकतेने समजून घेण्यात रुची दाखवतात आणि त्याप्रमाणे स्वतःमध्ये बदल आणतात आणि बाकीचे फक्त सगळं ऐकतात आणि स्वमदतीचा विचार न करता सोडून देतात.

स्वतःमध्ये बदल (स्व-बदल) हा संयम, आनंदी वृत्ती (लवचिकता), सुसंगतता आणि चिकाटी असणे याच्याशी निगडित आहे.

लवचिकता ठेवण्याची सवय का करावी किंवा लवचिक असणे, लवचिकता (आनंदी वृत्ती) म्हणजे काय?

लवचिकता म्हणजे आपल्याला बसलेल्या धक्क्यांशी कसा सामना करावा आणि नुकसान आणि अडथळ्यांना कसे पार करावे? अशी क्षमता जी अप्रिय बदलाला सामोरे जाते आणि परिस्थिती अंकुश ठेवण्यास उसळी मारायला लावते.

या लवचिकतेची सवय कोण विकसित करु शकतं?

कुणीही जो अडचणींना पार करुन मारु इच्छित आहे, ज्याला वचनबध्दतेचं महत्व माहीत आहे (Importance of commitment) आणि ज्याच्याकडे सगळ्या परिस्थितीवर अंकुश ठेवण्यासाठी धोका पत्करण्याची क्षमता आहे. जर आपण ही सगळी वैशिष्ट्ये विकसित केली तर आपण ही लवचिक बनू शकतो.

जेव्हा आपण सगळ्या आव्हानांना सामोरं जातो आणि अडथळे शोधतो, तेव्हा तुमचा दिनक्रम विस्कळित होतो. या सगळ्या परिस्थितीत काय केलं पाहिजे तर स्वतःला छोट्या पण प्रेरणादायी कृती करुन पुढे चालायला सांगा. स्वतःच्या शक्तीचा विचार करा, स्वतःच्या उपलब्धीचा विचार करा आणि तुमचा प्रवास सुरु ठेवा. तेवढा जास्त तुम्ही विचार कराल आणि तुमच्या भूतकाळातील यश तुमच्या डोळ्यासमोर आणाल, तितकी जास्त सकारात्मक ऊर्जा तुमच्यापर्यंत पोचेल आणि ही ऊर्जा तुमच्यामधली आग प्रज्वलित करेल - पुढे चालण्यासाठी, तुम्हाला उठून पुन्हा पुढे चालायला प्रोत्साहित करेल.

सौजन्य : https://zenhabits.net/habit-resilience/

३६. पैसे कमावण्याची सवय

"जितके जास्त तुम्ही शिक्षण घ्याल. तितके जास्त तुम्ही कमवाल."

L + Earn = Learn.

तुमच्या मते पैसा काय आहे? आपण पैसा का कमवतो? आपण पैसे बचत का करतो ? आपण पैसे का खर्च करतो?

आपल्या सगळ्यांना पैसा पाहिजेत आणि जास्तीत जास्त पाहिजेत. पैसा तुम्हाला एक प्रकारची स्थिरता, स्वातंत्र्य देतो! तुमच्या मनातून लवकरात लवकर पैसा कमवण्याच्या बऱ्याच कल्पना बाहेर पडू शकतात आणि त्यात तुम्ही तुमचं समाधान बघू शकता. हे काही चुकीचं नाही. तुमच्याकडे जर ही उद्योजकतेची वृत्ती असेल तर तुम्हाला हे कळेल की हे सगळं तितकं सोपं नाही, हे सगळं उशीरा मिळणारं (विलंबित) समाधान आहे. मोठ्या गोष्टीसाठी वाट बघणे आणि चांगल्यात चांगला नफा (बक्षीस) मिळवणे हे ताबडतोब आणि कमी फायद्यापेक्षा चांगले आहे.

तुमच्या स्वतःच्या अनुभवानुसार आणि तुमच्या विशिष्ट पध्दतीने त्यांच्या अडचणी सोडवणे म्हणजेच लोकांच्या जीवनात मुल्य जोडणे (किंमत वाढवणे) होय. हे सुध्दा जीवनात पैसे आणि आदर मिळवण्याचे एक साधन आहे.

आपल्याकडे बरीच अशी उदाहरणं आहेत की कशा पध्दतीने लोकांनी स्पर्धेमध्ये उतरुन पैसे कमवले. लोकांना टॅक्सी पुरवणाऱ्यांनी (The cab service provider) एक ॲप लोकांना येण्या जाण्यासाठी (Application) डिझाईन केले, जरी सुरुवातीला त्यांना जरा कमी ओळख मिळाली. तरी पण हो... नंतर मात्र त्यांच्या या गोष्टीला इतर टॅक्सी पुरवणाऱ्यांपेक्षा चांगली चालना मिळाली. त्यांनी लोकांच्या येण्या जाण्यासाठी चांगली, उत्तम सोय केली आणि लोकांनीही त्यांना कुठेतरी त्रासमुक्त जीवन मिळाले म्हणून पैसे दिले. म्हणून याचा परिणाम प्रचंड मागणी आणि पुरवठा असा झाला.

तुमच्या नेहमीच्या कामापेक्षा एक अजून काम तुम्ही करु शकता, तुम्ही तुम्हाला ज्या गोष्टीत कौशल्य आहे, ज्याला मागणी आहे त्यानुसार लोकांना मदत करु शकता. ही सुध्दा तुम्हाला एक पैसे कमावण्यासाठी आणि मुल्य जोडण्याची एक संधी नाही का? हो.... नक्कीच.

एकदा तुम्हाला समजले की तुम्ही बदलले आहात, तुम्ही गुरु आणि मार्गदर्शक यांच्या आधारे स्वतःला बदलले आहे (बरे केले आहे) आणि आता तुम्ही दुसऱ्यांना मदत करण्याच्या चांगल्या परिस्थितीत आहात तेव्हा कृतज्ञता व्यक्त करा आणि समाजाचे

देणं समजून इतरांना मदत करा. चला तर "मी करु शकतो आणि मी करणार" ही वृत्ती बनवूया.

माझ्या स्व-बदलानंतर मला एका वुमन्स कॉलेज (Training and placement cell of women's college) कडून बोलावणं आलं. त्यांना माझ्या प्रवासाबद्दल माहीत होतं म्हणून त्यांनी सर्व विद्यार्थ्यांना प्रेरणा देण्यासाठी आणि भितीवर मात करणे आणि आत्मविश्वास कसा वाढवावा यासाठी बोलावलं होतं. कसे मी जीवनात पहिल्यांदा एका ४५ मिनिट भाषणासाठी ३००० रु. कमावले हे त्यांना माहित होतं. आणि आश्चर्य म्हणजे हे घडलं ते २९ फेब्रुवारी २०२० या दिवशी. इतरांना मदत करण्याच्या प्रयत्नांना अजून प्रोत्साहन मिळाले आणि ऊर्जा अदलाबदल करण्यासही.

प्रेरित कृती -

जर तुम्हाला पैसे कमावण्याचा कुठलाच मार्ग सापडत नसेल तर फक्त बसा, मन शांत करा आणि स्वतःला विचारा "मी माझ्या आयुष्यातला कुठला प्रश्न सोडवला आहे ?" तुम्हाला नक्की इतरांना मदत करण्याचा मार्ग सापडेल. आणि तो मार्ग तुम्हाला आणि इतरांना आर्थिकदृष्ट्या मदत करेल.

३७. स्वतःच्या आत बघण्याची सवय

"स्वतःशी बोला, जसे की तुम्ही तुमच्या प्रियजनांशी बोलता."

- ब्रेन ब्राऊन (अमेरिकन व्याख्याता, प्राध्यापक, लेखक)

तुमच्या आयुष्यातल्या मर्यादा ठरविण्याची सवय विकसित करा. या मर्यादा तुम्हाला एका विशिष्ट ध्येय साध्य करायला प्रतिबंध करतात. आता तुम्हाला तुमच्या जीवनातले ध्येय काय आहे ते माहीत आहे, मग ते आर्थिक असो, तुमची कारकीर्द असो, तुमचं वैयक्तिक, कौटुंबिक, व्यवसाय किंवा अध्यात्मिक ध्येय असो, म्हणून अशा अडचणींना ओळखा ज्या तुम्हाला तुमचे ध्येय साध्य करण्यासाठी आणि तुम्हाला जीवनात यशस्वी करण्यासाठी रोखतात.

आपण एक उदाहरण घेऊया, समजा तुम्हाला तुमच्या संवाद कौशल्यासाठी काही मदतीची गरज आहे. ते असेही असू शकते की तुम्हाला तुमचे संवाद कौशल्य सुधारण्यासाठी कुठलेली योग्य संसाधन सापडत नाहिये. आता जर तुम्हाला तुमची अडचण / अडथळे ओळखू आले तर मग का आपण आपली स्वतःची अशी कृतीशीलता / सर्जनशीलता वापरात आणू नये? तुमचे संवाद कौशल्य सुधारण्यासाठी नवनवीन कल्पनांसह तयार व्हा.

स्वतःला विचारा "नक्की अडचणी काय आहे?", "नक्की असा कुठला अडथळा आहे जो तुम्हाला तुमचे ध्येय साध्य करण्यासाठी रोखतोय?"

स्वतःच्या आत बघा, स्वतःबरोबर तपासा आणि ते तुम्हाला तुमचे उत्तर शोधण्यात मदत करेल किंवा तुम्हाला एखादी नवीन कल्पना सुचेल.

मी माझ्या संवाद कौशल्यासाठी संघर्ष करत होतो आणि ते माझ्यातले कौशल्य सुधारावे व ते वाढावे असे मला वाटत होते. अगदी मी जिथे राहात होतो त्याच्या अवतीभवतीच्या परिसरात काही वर्ग / क्लासेस आहेत का ते शोधत होतो पण दुर्दैवाने मला एकही मिळाला नाही ! मग मी गुगलवर शोधलं. मला Toast master club सापडलं, मी चौकशी केली आणि मी त्यांच्या एका सत्रात (guest session) सामिल झालो. ते खरंच खूप मनोरंजक आणि उपयुक्त होतं. माझे संवाद कौशल्य सुधारण्यासाठी मी वचनबध्द होतोच म्हणून मी त्या क्लबमध्ये सामील झालो.

प्रेरित कृती -

जर तुम्ही तुमचे कौशल्य सुधारण्यासाठी आणि ते वाढवण्यासाठी वचनबध्द असाल तर तुम्हाला तुमचा मार्ग सापडतोच.

३८. मी करु शकतो ची सवय

"जर माझ्याकडे 'मी करु शकतो' असा विश्वास असेल तर ते करण्याची ताकद आपोआप येते, जरी ती सुरुवातीला नसली तरी."

- महात्मा गांधी

स्वतःला सांगा की "मी हे करु शकतो" आणि मग चमत्कार बघा. परत एकदा मानवी स्वभावानुसार जर तुमची काहीतरी करायची इच्छा असेल, तर तुमच्या मनातून बरेच विचार आणि आव्हानं जात असतात जे अगदी स्वाभाविक आहे. ह्या विचारांमुळे तुम्ही स्वतःला खाली खेचू नका, त्यापेक्षा तुमच्या मेंदूला सुचना द्या आणि ध्येय निश्चित करा, ते तुम्हाला आनंदाने आणि उत्साहाने भरून टाकेल. एकदा का तुम्ही हा प्रवास सुरु केला, तुम्हाला त्या प्रवासात भेटणारे लोक नक्कीच मदत करतील. प्रयत्न करा, समर्पित रहा, पण झटपट परिणामांची अपेक्षा ठेवू नका. प्रयत्नांशिवाय कुठलीच गोष्ट सोपी नसते.

जेव्हा तुम्ही पाठिंबा मिळण्याकडे बघता, तेव्हा हे प्रेमळ विश्व तुम्हाला तुमच्या सारखीच माणसे भेटायला मदत करते आणि तुम्हीही त्या समुदायामध्ये सामील होता. हीच तुमच्यासारख्या स्वभावाची माणसेच मोठा पाठिंबा सिध्द करतात. कल्पना करा की तुम्ही एकटेच अशा विचारांचे असाल तर त्यांना मर्यादा असतील, पण जर तुम्ही तुमच्या सारख्या विचार असलेल्या माणसांच्या समुदायात असाल, तर प्रत्येकाच्या डोक्यातून / मेंदूतून निघालेले विचार कामी येतील आणि अशाच कल्पनांमुळे किती नवल घडेल. हे तुमच्यावर असतं की तुम्ही किती कल्पना निवडता आणि त्यातल्या सर्वोत्तम विचारांबरोबर तुम्ही जाता.

जे जास्त फायदेशीर आहे ते त्यांनी आधीच अनुभवलेलं असतं आणि त्यांचे अनुभव आपण धडा आणि मार्गदर्शन म्हणून ग्राह्य धरु शकतो. जेव्हा तुम्ही "मी करु शकतो" या वृत्तीचा सराव करता, तेव्हा तुम्ही तुमच्यासारख्या कितीतरी लोकांना मदत करता आणि नक्कीच तुम्ही एक आदर्श कार्य करता.

प्रेरित कृती -

एकदा तुम्ही करायचं ठरवलं, तुम्हाला माहीत असतं की ते तुम्ही करु शकता. नक्कीच करा.

३९. मोठा विचार करण्याची सवय

"तुम्ही तेच असता जो तुम्ही विचार करता. म्हणून मोठा विचार करा. मोठ्या विचारांवर/गोष्टींवर विश्वास ठेवा, मोठी कृती करा, मोठ काम करा, मोठ्या प्रमाणात द्या, मोठ्या मनाने माफ करा, मोठ्याने हसा, मोठ्या प्रमाणात प्रेम करा आणि मोठ्या मनाने जगा."

- अॅन्ड्र्यू कॅर्नेजी (स्कॉटीश- अमेरिकन उद्योजक आणि दानशूर व्यक्ती)

मोठा विचार करा म्हणजे छोट्या विचारांना जागाच ठेवू नका. मोठ्या चित्राचा विचार केला तर तुम्हाला समजेल की इच्छित ध्येयापर्यंत कसे पोहोचायचे ते.

नक्कीच, मोठा विचार करण्यामुळे तुमच्या प्रयत्नांना छोटी छोटी पावलं उचलून सुरुवात करता येईल. छोटा विचार करणे म्हणजे तुमच्या उड्डाणाला मर्यादा घालणे ! कठोर परिश्रमासाठी तयार व्हा आणि तुमचे प्रयत्न तुमच्या इच्छित आणि चांगल्या परिणामांसाठी खर्च करा. मी नेहमीच असा विचार करतो की मी एक परिसंवाद असा करेन की लोकांनी त्यात यावे आणि मोठ्या विचार करण्याच्या सवयीचा अनुभव घ्यावा. या गोष्टीसाठी वेळ लागला पण मी हे स्पष्टपणे करू शकलो होतो आणि हळूहळू मी एक परिसंवाद आयोजित केला ज्यात बऱ्याच लोकांनी सहभाग घेतला आणि मी असा एकच नाही तर चार परिसंवाद केले आणि मी अजून काही परिसंवाद करायचे ठरवले होते. हे सगळं तेव्हाच होतं जेव्हा तुम्ही तुमच्या विचारांना पंख देता आणि मोठ्या प्रमाणात खरं करता.

प्रेरित कृती -

नेहमी मोठा विचार करा, तिथे छोट्या विचारांना कुठलीही जागा नाही. छोट्या छोट्या कृतींनी सुरुवात करुन मोठा विचार करा.

४०. यशाची सवय

"यशस्वी स्त्री आणि पुरुष यशस्वी होतात कारण ते यशाच्या दिशेनेच विचार करण्याची सवय लावून घेतात. छोट्या आपल्या हातात असलेल्या परिस्थितीतही यशाची सवय लावून घ्या, आणि लवकरच तुम्ही कठीण (मोठी) परिस्थितीही आपल्या हातात (ताब्यात) ठेवू शकाल."

- नेपोलिअन हिल (अमेरिकन थिंक ॲन्ड ग्रो रिच या पुस्तकाचे लेखक)

कुणीही चांदीचा चमचा तोंडात घेऊन जन्माला येत नसतं. कितीतरी यशस्वी लोकांना सुरुवातीला ते जेव्हा सुरुवात करतात तेव्हा संघर्ष करावा लागतो, पण त्यांच्या परिश्रमांमुळे, मेहनतीमुळे आणि प्रयत्नांमुळे त्यांची गणती यशस्वी लोकांच्या यादीमध्ये होते. ते असे लोक असतात जे मेहनत करतात, खूप प्रयत्न करतात, स्वतःचा मार्ग शोधतात आणि त्यावर पर्याय/उपाय शोधतात आणि इतरांना मदतसुध्दा करतात. ह्या लोकांमध्ये सामान्यतः आढळणारे वैशिष्ट्यं म्हणजे त्यांची "ती गोष्ट करण्याची इच्छा" आणि त्यांना त्यांची ती खूण माहीत असते जिथपर्यंत त्यांना पोहोचायचे असते.

तुम्ही काय, कसे बोलता त्याचा सराव करण्याबद्दल ते अधिक आहे. फक्त बोलण्यामुळे, एखाद्या कल्पनेवर वेळ न गुंतवता फक्त विचार करण्यामुळे, मेहनत व प्रयत्न यामुळे एकदा कुठेतरी पोहचू शकत नाही. विजेता (Winner) ही वृत्ती आतून (मनातून) असली पाहिजे, जेव्हा तुमची कल्पना ही सत्यात उतरते आणि यशस्वीही होते. तुमचा मार्ग मऊ, गुळगुळीत (सोपा) असेल असे कोणीही कधीही सांगितले नाही, पण त्यामुळेच तुम्ही उत्कृष्ट बनता, त्यामुळेच एखाद्याला त्याच्या चुका ओळखता येतात आणि त्यावर मात करता येते आणि तुमचा यशाचा मार्ग तुम्हाला कोरता येतो नाही का?

यशस्वी होण्याकरता तुम्हाला प्रचंड वाचन करावं लागेल, थोडा वेगळा विचार करा, अभ्यास करा, शोध घ्या, त्या गोष्टीच्या मुळाशी जा, जे शिकलात ते लिहून काढा, हे सगळं केल्यावर तुमच्या लक्षात येईल कि काय मागे रहातंय, अजून काय करायला हवं आणि हीच ती वेळ असते जेव्हा तुम्ही योग्य कृती करता. यशस्वी लोकांचा उद्देश्य ठरलेला असतो, धडाकेबाज आणि परिणामकारक असतात आणि एखाद्याने हे सगळे गुण आत्मसात केले पाहीजे. यशस्वी लोकांच्या प्रत्येक गोष्टींचा पाठलाग करु नका, त्यांच्या अनुभवातून काहीतरी शिका, त्यांची पुस्तके वाचा, त्यांच्या कल्पनांची अंमलबजावणी करा पण तुम्ही वैयक्तिकरित्या वेगळे आहात हे लक्षात ठेवा आणि तुम्ही स्वतःसाठी पक्का रस्ता तयार करत असता. मागच्या काही भागात आपण ध्येय ठरवणे, कृती करणे आणि आयुष्यात यशस्वी होणे हे पाहिलं. जर तुम्ही तुम्हाला काय हवंय

यासाठी वचनबध्द आहात आणि खरंच तुम्ही तुमच्या गुरुंच मार्गदर्शन शोधत आहात, साहित्य वाचन करत आहात, संशोधन कर आहात, यादी तयार करत आहात आणि तुम्ही अगदी योग्य मार्गावर आहात हे बघण्यासाठी वाटेल ती प्रत्येक गोष्ट करत आहात तर तुम्ही अगदी योग्य मार्गावर आहात! आणि तुम्ही हे जाणता की तुम्ही यशस्वी होणारंच.

मी स्वतःला नेहमी आठवण करुन देतो की कृती हा एक पूल आहे जो पार करुन चांगले परिणाम मिळतात.

असं म्हणतात की जो स्वतःला मदत करतो त्याला परमेश्वर ही मदत करत असतो.

एक प्रेरणा देणारी कृती करा आणि पुढे जा. लक्षात ठेवा "तुम्ही कुठली गोष्ट कशी करता म्हणजे तुम्ही सगळ्या गोष्टी कशा करता." ह्या म्हणीचं मुळ अनिश्चित आहे पण सायमन सिनेक (ब्रिटीश अमेरिकन लेखक आणि प्रेरणादायी वक्ता) म्हणतात, की ती म्हण झेन बुध्दीजम मधून आलेली आहे. हाच तुमचा यशस्वीतेचा मंत्र बनवा आणि त्यावर काम करा! घाबरु नका, आत्मविश्वास ठेवा, भिती तुम्हाला खाली खेचेल आणि आत्मविश्वास तुम्हाला पुढे जायला मदत करेल.

छोटी कृतीसुध्दा मोठा मार्ग दाखवू शकते. जर तुमच्यावर टीका होत असेल तर त्याचा अर्थ असा आहे की तुम्ही प्रचंड निर्धारासह पुढे जात आहात हे लोकांच्या लक्षात येत आहे.

प्रेरित कृती -

एका रात्रीतून कुणाला यश मिळत नाही ती एक सुसंगत आणि सातत्याने केलेल्या कृतींची बेरीज आहे.

४१. चांगल्या आरोग्याची सवय

“निरोगी सवयी अशाच प्रकारे शिकल्या जातात ज्याप्रमाणे अनारोग्यदायी असतात पण सरावाद्वारे.”

- वेन डायर (अमेरिकन लेखक आणि प्रेरणादायी वक्ता)

नव्वदच्या दशकांच्या सुरुवातीपेक्षा नंतरच्या काही वर्षामध्ये जग वैद्यकिय क्षेत्रामध्ये जबरदस्त प्रगत झालंय. लोकांना निरोगी राहण्याचे महत्व समजले आहे. तुम्ही स्वतःला तंदुरुस्त आणि निरोगी कसे ठेवता? नक्कीच त्यासाठी बरेच मार्ग आहेत; फिटनेस सेंटर्स आहेत, आहारतज्ञ आहेत, योग आणि इतर काही सुविधा आहेत आणि हे सगळं खूप सोप्या पध्दतीने उपलब्ध आहेत.

आपल्या सगळ्यांना आनंदी, निरोगी दीर्घायुष्य हवं आहे, नाही का? हे सगळं आपल्यावर अवलंबून आहे की आपण आपल्या आरोग्याची कशी काळजी घेतो आणि निरोगी जीवनशैली जगतो. हे सगळं आपला आहार, जेवणाची वेळ, नियमित व्यायाम मग तो कुठल्याही प्रकारचा व्यायाम असो त्यावर अवलंबून असतं. आरोग्यदायी सवयीच निरोगी आणि आनंदी जीवनशैली ठरवतात.

रॉबिन शर्मा (कॅनॅडिअन लेखक, आणि The Monk who sold his Ferrari या पुस्तकाच्या सिरीजचे प्रसिध्द लेखक) ह्यांनी त्यांच्या पुस्तकात म्हटले आहे की “तुम्ही मेल्यानंतर कोण रडेल?” एखाद्याने आपल्या शरीराची काळजी कशी घ्यावी. जर तुमच्याकडे “फेरारी” आहे तर तुम्ही त्यात काही विशेष प्रकारचे इंधन भरणार नाही का? पण तुम्ही तुमच्या शरीरावर कसे उपचार कराल?

तुमची तंदुरुस्त आणि निरोगी राहण्याची इच्छा आहे का?

सकस अन्न खायला शिका आणि तुमच्या शरीरासाठी योग्य असा व्यायाम करा आणि त्यात सुसंगती ठेवा. त्याचा जास्त चांगला परिणाम होईल.

ते म्हणतात ना “आरोग्य हीच संपत्ती आहे.” मी माझे तंदुरुस्तीची पध्दत (व्यायामाची पध्दत) अशी तयार केली आहे ज्यामुळे मला चांगले परिणाम मिळाले. मी दृढ आहे, सुसंगत आहे आणि या गोष्टीची खात्री करा मी त्यामुळेच आहे. हळूहळू हे करणे म्हणजे तुमच्या आरोग्याच्या दृष्टीने सुध्दा प्रगती करणे होय.

८०-२० हा नियम इथे लागू होऊ शकतो. ८०% सकस अन्न आणि २०% व्यायाम या दोन्ही गोष्टी बरोबरीने तुमच्या आरोग्यासाठी जबाबदार आहेत.

तुम्हाला काय करावं लागेल ?

मंत्र : पुरेसा व योग्य आहार घ्या आणि तुमच्या शरीराला योग्य असा व्यायाम करा.

तुमचे आरोग्याचे ध्येय तयार करा.

इथे ती जुनी म्हण कामी येते 'लवकर झोपणे व लवकर उठणे.'

सकाळी उठल्यावर स्वतःला विचारा 'का?'

उठल्यावर चेहऱ्यावर हास्य असू द्या.

आहार गुरु अडेल डेंविस (अमेरिकन लेखक- पोषण तज्ञ) एकदा म्हणाले होते नाष्टा एका राजासारखा करा, दुपारचं जेवण एका राजकुमारासारखं करा व रात्री एका गरीब माणसासारखं जेवा.

मला आठवतंय "तुम्ही तसेच होता जसे तुम्ही खाता" (किंवा तुम्ही तसेच बनता जसा तुमचा आहार असतो). ही गोष्ट मला लक्षात आणून देते की तुम्ही एक अनमोल व्यक्ती आहात आणि मला स्वतःला आणि माझ्या शरीराला उत्तमरित्याच (पध्दतीनेच) वागवले पाहिजे.

निरोगी शरीर + निरोगी मन = निरोगी आयुष्य

तुमच्या आहारात सकारात्मक बदल करा आणि बघा तुमचे शरीर कसे प्रतिक्रिया देते ते. स्वतःशी प्रामाणिक रहा आणि तुमच्या आतल्या प्रेरणेचे अनुसरण करा. तुमचे शरीर, तुमची जबाबदारी ! पाच मिनिटे उड्या मारणे, पाच मिनिटे पुश-अप्स, पाच मिनिटे सिट-अप्स, पाच मिनिटे क्रंचेस आणि पाच मिनिटे पळणे हे सगळं इतर शारिरिक व्यायामांपेक्षा चांगलं आहे.

प्रेरित कृती -

तुम्ही तुमच्या व्यस्त दिनक्रमातून रोज फक्त पाच मिनिटे काढूच शकता.

४२. काहीही नकारात्मक नाही ची सवय

"तुम्ही दिवसभर काय वाचता, बघता आणि ऐकता या गोष्टीचा तुम्हाला कसे वाटते ह्याच्याशी थेट संबंध आहे - तुमची ऊर्जाशक्ती, तुमचा मुड, तुमची महत्वाकांक्षा."

- मारी फॉरलीओ (अमेरिकन उद्योजक)

माझ्या "आयुष्य बदलणाऱ्या सवयी" या परिसंवादा मध्ये मी सगळ्यांना विचारतो की त्यांच्या दिवसाची किंवा सकाळची सुरुवात ते कशी करतात, सकाळी उठल्यानंतर अशी कुठली गोष्ट आहे जी पहिल्यांदा केली जाते. दहापैकी तीन जणांनी सांगितले की ते परत अलार्म पुढे ढकलतात आणि सवयीप्रमाणे मोबाईल बघतात. इथे तुम्ही डॉमिनोज इफेक्ट (Dominos effect) बघू शकता. ज्या क्षणी तुम्ही तुमचा मोबाईल हातात घेता, त्या क्षणी तुम्हाला अजून मोहन होतो आणि ताबडतोब तुम्ही अजून बघायला सुरुवात करता कारण ते सवयीचे आहे. मोबाईल हातात घेतला की तो बरोबर मनोरंजक काही शोधण्याकडे कल आणि सगळ्या सूचना तपासण्याकडे नेतो.

हे सगळं एका सेकंदात किंवा एका मिनिटापेक्षा कमी वेळात होतं.

आपल्यापैकी बऱ्याच जणांना सकाळी नाष्ट्याच्या वेळी वर्तमानपत्र वाचायला आवडतं. त्यातले बरेच आर्टिकल्स नकारात्मक असतात आणि तरीही आपण ते वाचत असतो, कारण फक्त असे असते की आपले मन तसे करायला उत्सुक असते आणि सकारात्मक गोष्टींपेक्षा नकारात्मक गोष्टींकडे मन फार लवकर आकर्षित होते. मग प्रश्न असा आहे की आपण मग काय वर्तमानपत्र वाचणे किंवा बातम्यांचे चॅनेल बघणे सोडून द्यायचे का? असो... चालू घडामोडींबाबत अद्ययावत असणे (किंवा त्या माहित असणे) हे चांगलेच आहे पण त्याचबरोबर आपल्याला हे ही माहीत असायला हवे की अधिक लक्ष केंद्रित करण्यासाठी आपल्याला काय निवडण्याची आवश्यकता आहे. जर बातम्या आपल्याशी संबंधित असतील तर त्याबद्दल जरुर वाचा, बातम्या तुमच्यासाठी कोणत्याही प्रकारे फायदेशीर असतील तर त्या वाचणे केव्हाही चांगले. पुन्हा सांगतो की तुम्हाला तुम्ही वर्तमानपत्र वाचण्यावर किती वेळ खर्च करता हे ही तपासणे गरजेचे आहे.

प्रेरित कृती –

सकारात्मक जे जे काय आहे ते ते सगळं वाचा व ऐका.

४३. चिकाटीची सवय

"जोपर्यंत धैर्य महत्वाकांक्षेचे प्रशिक्षण देत नाही तोपर्यंत अपयश हे यश पुढे ढकलते. सातत्याची (चिकाटीची) सवय म्हणजेच विजयाची सवय."

- हर्बर्ट कॉफमन (अमेरिकन लेखक व वृत्तपत्रकार)

चिकाटी म्हणजे काय ? बरं... चिकाटी म्हणजे अशी गोष्ट त्याला तुम्ही चिकटून राहता. काहीतरी मोठ्या काळासाठी टिकेल याने काही फरक पडत नाही.

चिकाटी हा यशस्वी होण्यासाठी एक महत्वाचा घटक आहे. यशस्वी लोक हे मेहनत, प्रामाणिक प्रयत्न, संयम आणि चिकाटीवर विश्वास ठेवतात.

आपल्याला एखाद्या गोष्टीची सुरुवात करणे सोपे वाटते जोपर्यंत ती गोष्ट चांगली चालत असते, पुढे जाण्याची प्रक्रिया सुरु ठेवण्याकडे आपला कल असतो, पण ज्या क्षणी तुम्हाला कळतं की मध्ये अडचणी येत आहेत, मग तुम्हाला अडथळे वाटू लागतात, ती गोष्ट सुरु ठेवणे तुम्हाला कठीण वाटू लागते आणि परिणामी तुम्ही ती प्रक्रिया थांबवता. इतकी आव्हाने असतानाही तुम्ही जी गोष्ट ठरवता त्या गोष्टीला चिकटून राहणे म्हणजे चिकाटी.

चिकाटी असणारा कोण असतो ?

- ज्याच्याकडे जीवनाकडे बघण्याची दृष्टी आहे.

- ज्याला जीवनाचा हेतू समजलेला आहे.

- ज्याला काहीतरी उत्पादक करायची तीव्र इच्छा आहे आणि तो इतरांना मदतही करतो.

- जो स्वतःच्या कृतीने प्रेरित आहे.

तुम्ही काय आणि का करत आहात हे तुम्हाला माहीत पाहिजे. जर तुम्ही काहीतरी मिळवण्याचा निर्धार केला आहे, तुम्हाला जर माहीत आहे तुमच्याकडे चिकाटी आहे, मग तुम्हाला समजेल की तुम्ही तुमचे ध्येय कसे साध्य करु शकता.

या क्षणी मला एका व्यक्तीबद्दल एक प्रसंग सांगायला आवडेल तो म्हणजे दशरथ मांझी - The Mountain Man. दशरथ मांझी हे एक भारतातील बिहार राज्यातील, गया शहराजवळ गेहलौर या खेडेगावात राहणारे मजूर होते. एक प्रसंग ज्यामुळे त्यांचे संपूर्ण जीवन बदलून टाकले तो म्हणजे त्यांच्या प्रिय पत्नीचा मृत्यू.

दशरथ हे एका टेकडीवर मजूरी करत होते. ते त्यांच्या पत्नीची वाट बघत होते जी त्यांच्यासाठी दुपारचे जेवण, पाणी वगैरे घेऊन येणार होती. त्यांनी तिची वाट बघितली आणि नंतर ते तिच्या शोधात निघाले आणि ती त्यांना जखमी अवस्थेत सापडली. तिचा पाय घसरला होता आणि ती खडकाळ टेकडीवरुन पडली होती ज्यामुळे तिला बरीच मोठी जखम झाली होती आणि जवळपास कुठले डॉक्टरही नव्हते. हळूहळू तिला मृत्यू आला पण ती गरोदर होती आणि तिने एका मुलीला जन्म दिला.

जवळपास असणारा दवाखानाही ६०-७० किमी लांब होता आणि सर्वात मोठा अडथळा तो शक्तीशाली पर्वत होता.

या सगळ्या प्रकरणामुळे दशरथ पूर्णपणे हादरले आणि त्यांनी स्वतः तो पर्वत फोडायचा असे ठरविले.

दृढनिश्चयी दशरथ यांनी छन्नी आणि हातोडा घेऊन तो पर्वत फोडायचे ठरविले आणि एक त्यातून मार्ग कोरला (तयार केला) हे ध्येय साध्य करण्यासाठी त्यांनी त्यांच्या आयुष्याचे चांगले बावीस वर्ष घेतली. कितीही अडचणी, अडथळे आले तरी त्यांनी हे दुष्कर काम करुन दाखविले.

दशरथ मांझी यांनी प्रचंड मेहनतीशिवाय महान यश मिळत नाही हे सिध्द करुन दाखवले.

प्रेरित कृती -

तुमच्या ध्येयाकडे नेणारी कुठली गोष्ट असेल तर ती फक्त चिकाटी.

४४. प्रामाणिक राहण्याची सवय

"प्रामाणिकपणा हा हुशारीच्या पुस्तकातला पहिला धडा आहे."

- थॉमस जेफरसन (अमेरिकन राजकारणी व तत्वज्ञानी)

जर तुम्ही एक चांगली सवय लावून घेत असाल तर खात्रीपूर्वक त्या सवयीची प्रामाणिकपणे अंमलबजावणी करा आणि तुम्ही निवडलेल्या मार्गावरच रहा.

ज्या दिवशी तुमच्या लक्षात येईल की वाईट सवयी सोडून तुम्हाला नव्या चांगल्या सवयी लावणे गरजेचे आहे, मग ही तुमची जबाबदारी होते की कसे तुम्ही त्या सवयीला चिकटून राहता आणि तुमचे नियम ठरवता आणि ते पाळता. तुम्हाला माहीत होते की काही सवयी खरोखर फायदेशीर नाहीत आणि त्यामुळे तुम्ही बऱ्याच काही उपलब्धी गमावल्या आहेत मग त्या वैयक्तिक असो किंवा व्यावसायिक.

साधारणपणे आपल्याला पण काही वाईट सवयी आहेत हे आपण मान्य करत नाही आणि इथेच आपण बचावात्मक पवित्रा घेतो. कारण कुणालाही आपली कमजोरी किंवा वाईट सवय स्वीकारायची नसते पण जितकं धैर्य तुम्ही चांगल्या सवयी वाढवण्यासाठी आणि त्या सवयी कायम तशाच ठेवण्यासाठी दाखवता तितकं तुम्हाला तुमच्या ध्येयापर्यंत पोचायला कुणीही रोखू शकत नाही. स्वीकृती (स्वीकार करणे) आणि अनुकूलन (अनुकूल असते) हे असे महत्वाचे घटक आहेत जे तुमची इच्छा निर्माणही करु शकतात आणि खंडितही करु शकतात.

या सगळ्या ठप्प्यांचा मी अनुभव घेतला आहे आणि मी हे टप्पे पार करण्यात यशस्वी झालो कारण माझा निर्धार आणि माझ्या ध्येय आणि उद्दिष्टांना साध्य करण्याची माझी इच्छा.

प्रामाणिकपणा आणि आत्मविश्वास असला की जीवनात काहीही मिळवू शकतो.

प्रेरित कृती -

प्रामाणिकपणा हा अनमोल आणि खूप महत्वाचा आहे. स्वतःशी प्रामाणिक आणि खरे रहा.

४५. स्मरणपत्राचे नियोजन करण्याची सवय

"स्मरणपत्र (Reminder) ठेवण्याची सवय" विसरणे (विस्मरण) हा खूप मोठा मुद्दा आहे. म्हणून पुढचे नियोजन करणे आणि स्मरणपत्र निश्चित करणे ही चांगली कल्पना आहे."

- बेंजामीन गार्डनर (Habit Researcher, London) (सवय संरक्षक, लंडन)

नवनवीन सवयी लावण्यासाठी हा एक चांगला मार्ग आहे. पुस्तकाच्या या भागामध्ये आपण आपले स्मरणपत्र (Reminders) कसे निश्चित करावे हे शिकणार आहोत. स्मरणपत्र तयार करणे हे तुमचा जास्त वेळ घेणार नाही आणि तुम्ही स्वतःला नेमून दिलेले काम स्वतःहून पूर्ण करण्यासाठी मदत करेल.

जसे की तुम्ही आता हे पान वाचत आहात, कोणत्याही चांगल्या सवयीशी जुळवून घेण्याविषयी तुमच्या मनात काही आल्यास ताबडतोब एक चिट्ठी तयार करा कारण तुम्ही दुसऱ्या एखाद्या कामात व्यस्त झालात तर तुम्ही विसरुन जाण्याची जास्त शक्यता आहे.

स्मरणपत्र तयार करणे देखील मजेदार असू शकते. एकतर तुम्ही प्रत्यक्ष स्मरणपत्र बनविणे निवडू शकता किंवा डिजिटल पध्दतीने ही करु शकता, निवड तुमची आहे ! प्रत्यक्षरित्या स्मरणपत्र (Reminders) हे एखाद्या कागदावर लिहून तुम्ही ते फ्रीज, कॉम्प्युटर, लॅपटॉप, टिव्ही, तुमचा काम करायचा परिसर, ड्रेसिंग टेबल किंवा अशी जागा जिथून तुम्ही वाचू शकता त्याठिकाणी चिकटवू शकता आणि ते तुम्हाला तुमच्या कामाची आठवण करुन देईल.

डिजिटल पध्दतीच्या स्मरणपत्रामध्ये तुम्ही घड्याळ वापरु शकता, मोबाईल फोनवर अलार्म लावणे किंवा डिजिटल मोबाईलवरचे कॅलेंडरही (दिनदर्शिका) तुम्ही वापरु शकता.

एकदा का तुमच्या स्मरणपत्राचे बटण तुम्ही दाबले, ते तुम्हाला तुमच्या विशिष्ट वागण्याचा संकेत करुन देते. जोपर्यंत तुम्हाला ही सवय पूर्णपणे आत्मसात केली आहे तोपर्यंत या स्मरणपत्र निश्चित करण्याच्या सवयीला चिकटून रहा.

विलंब करु नका, स्वतःवर संशय घेऊ नका. कुठलेही निमित्त नाही, एक क्षण विचार करा आणि स्वतःला आठवण करुन द्या की हे सर्व तुमच्याच भल्यासाठी आहे आणि स्व-बदल करण्यासाठी तुम्ही आधीच त्या दिशेने एक पाऊल उचलले आहे.

प्रेरित कृती -

रोज तुमचे स्मरणपत्र (Reminders) निश्चित करा आणि तुम्ही स्वतःसाठी जे ठरवले आहे त्याचा पाठपुरावा करा.

४६. ओळख करून घेण्याची आणि त्याच्याशी जोडून घेण्याची सवय (Habit of Networking & Connecting)

"तुमचे नेटवर्क (ओळखीच्या लोकांचं जाळं) हीच तुमची निव्वळ संपत्ती आहे."

- टीम सॅन्डर्स (अमेरिकन सर्वोत्तम लेखक आणि सार्वजनिक वक्ते)

मी एक ठराविक ९-५ नोकरी करणारा व्यक्ती होतो जिथे मला ठरवून दिलेल्या वेळेत माझे काम करणे आणि घरी जाणे एवढेच काम होते. इथे मानसिकता अशी होती की एखादा नोकरदार व्यक्ती काहीतरी करुन एखाद्याला त्याच्या ध्येयापर्यंत नेण्यासाठी मदतीचा विचारच करु शकत नाही. म्हणून मुळात कामाच्या तासानंतर लोकांशी मर्यादित संवाद हे कारण आहे.

एप्रिल २०१९ मध्ये मला एक परिसंवादाला उपस्थित राहण्याचा योग आला आणि त्यांनी माझे डोळे उघडले. इतक्या सगळ्या लोकांना भेटून मला संवादाच्या, ओळखीच्या जाळ्याचं महत्व खऱ्या अर्थाने समजलं.

माझे जे मार्गदर्शक होते त्यांनी मला अशा लोकांना भेटायची संधी दिली ज्यांची मानसिकता एक सारखीच होती आणि जे स्वबदलासाठी धार्मिकदृष्ट्या काम करत होते. वेगवेगळी लोकं, वेगवेगळी अंतर्दृष्टी - हेच तर शिकत असता तुम्ही अशा जाळ्यातून.

एक व्यक्ती मला तिथे भेटली ती म्हणजे सीमा नाईक (Founder of Blissful Affiliate) (सेल्फ ट्रान्स्फॉर्मेशन कोचिंग कंपनी) त्या रोबोटीक्स कोचिंग पण चालवतात. त्या अगदी अपवादात्मक वेगळ्या आणि तेजस्वी आहेत असं मला वाटलं. भरपूर वेळा त्यांचा आणि माझा संवाद झाला आणि नंतर आमच्यात आश्चर्यकारक आणि अनमोल अशी मैत्री झाली. इतर उद्योजकांना कसा सहयोग करायचा, कुटुंब आणि आपला व्यवसाय यांची कशी व्यवस्थापना करायची हे मला त्यांच्याकडून शिकायला मिळाले.

अजून एका व्यक्तीशी माझा संबंध आला ते म्हणजे रोनक व्होरा. एक फिटनेस तज्ञ रोनक आणि त्यांचे काम जाणून घेतल्याने आपले शारिरिक आरोग्य आणि फिटनेस हे किती महत्वाचे आहे यावर माझा विश्वास बसला.

माझे मित्र सागर गर्वे एक साधा पण अत्यंत ज्ञानी मनुष्य यांनी मला डिजिटल मार्केटिंग मध्ये माझे कौशल्य वाढवण्यासाठी मला मदत केली आणि युट्यूब वर व्हिडिओज कसे बनवायचे हे मला शिकविले.

संदीप जाधव जे स्वतः एक लेखक आणि अचाट प्रज्ञाशक्ती असलेले व्यक्ती आहेत, त्यांनी मला मानवी मानसशास्त्रातील मुलभूत गोष्टी समजावून सांगितल्या. मनोज सोनावणे जे Learning 2.0 या प्रेरणादायी पुस्तकाचे लेखक आहेत, त्यांनी माझ्या पुस्तक लिहिण्याच्या आणि वेळेचे नियोजन करण्याच्या माझ्या कल्पनांची रचना करण्यात महत्वाची भूमिका बजावली.

यशस्वी लोकांशी संपर्क साधणे आणि त्यांच्या जीवनकथा आणि अनुभवातून शिकणे तुम्हाला दीर्घकाळासाठी मदत करेल आणि त्यानुसार तुम्ही तुमचे जीवन घडवू शकता. हा ओळखीच्या जाळे असण्याचा (Networking) खूप आश्चर्यकारक फायदा आहे.

एकदा तुम्हाला समजलं की कुणाचे अनुसरण करणे आणि कुणाच्या संपर्कात राहणे गरजेचे आहे, तुम्ही कधीही नकारात्मक प्रभाव टाकणाऱ्या लोकांच्या संपर्कात राहणार नाही आणि तुमचा अमुल्य वेळ वाया घालवणार नाही.तुमच्या ओळखीच्यांमध्ये, ऑफिसमध्ये, शेजारी पाजारी, खूप नकारात्मक विचारांची माणसे असतील, आणि काही कारणास्तव तुम्ही त्यांना तुमच्या आयुष्यातून काढून टाकू शकत नाही, पण तुम्ही एक करु शकता ते म्हणजे कमीतकमी परस्पर संवाद.स्वतःला सकारात्मक विचारांनी घेरून ठेवा आणि नकारात्मक विचारांपासून दूर रहा. अशाप्रकारे तुम्ही तुमचं चांगलं जाळं निर्माण करु शकता, जास्तीत जास्त शिकू शकता आणि आपलं सभोवतीच वर्तुळ आरोग्यदायी ठेवा!

एका चांगल्या स्व-बदलाच्या शिक्षण केंद्राला सामील होणे हा अजून एक सकारात्मकतेचा सराव करण्याचा उत्तम मार्ग आहे, किंवा अशा एका मार्गदर्शकाशी संबंध ठेवा आणि त्यांच्याकडून शिका, तिथे तुम्हाला तुमच्यासारख्या विचारांचे अजून लोक भेटतील आणि तो परस्पर संवाद म्हणजे एक मजेशीर गोष्ट असेल.

प्रेरित कृती -

तुमच्याकडे निवडण्याचा पर्याय आहे आणि मग तुम्हाला समजेल की कुठली गोष्ट तुमच्यासाठी चांगली आहे आणि तुमच्या आयुष्यात कोण असू शकेल.

४७. अतिविचार करण्याची सवय मोडणे

"तुमच्या समस्यांबाबत अतिविचार करणे थांबवा. आपली स्वतःची अशी आश्चर्यकारक कल्पना करणे पुन्हा सुरु करा - तुमच्या मनात काय चालले आहे आणि तुमच्या आयुष्यात काय चालले आहे याचा विचार करा."

- कॅरॉन प्रॉक्टर (जीवन आणि व्यवसाय प्रशिक्षक, न्युझीलंड)

खूप विचार करणे किंवा खूप लांबपर्यंत विचार करणे म्हणजेच अतिविचार (over-thinking). अतिविचारामुळे अक्षरशः वेड लागू शकते आणि मानसिक बिघाड होण्यास कारणीभूत ठरु शकते.

एक स्वीस मानसशास्त्रज्ञ जीन पिजेट यांच्या मतानुसार लहान मुलांची आणि मोठ्या माणसांची विचार करण्याची पध्दत / प्रक्रिया ही पूर्णपणे वेगळी असते. मुलांची मानसिकता ही वेगळी असते, ते ज्या पध्दतीने त्यांच्या समस्या सोडवतात ते ही प्रकार वेगळे असतात.

सकारात्मक विचार करण्यामुळे खरोखरच तुमच्या आयुष्याचा कालावधी वाढण्यास मदत होऊ शकते, तुमची प्रतिकारशक्ती अजून मजबूत होते, आणि नैराश्य ही कमी होते.

आपण लहान मुले म्हणून संज्ञानात्मक/ज्ञानाने आकलनीय आहोत आणि अशा प्रकारे विचार करण्याची प्रक्रिया विकसित होते मग ही प्रक्रिया आपल्या आयुष्याच्या शेवटपर्यंत तशीच राहते. आपले अनुभव आणि आपले आसपासचे वातावरण आपल्या विचारांना आकार देत असतात. मानवी स्वभावानुसार आपला कल अतिविचार करण्याकडे असतो आणि ते नैसर्गिकच होत असतं. साधारणपणे, जर एखादा प्रसंग घडतोय, तोच आपल्या मनात सुरु असतो आणि परिणामी आपण सारखं, पुन्हा पुन्हा तोच विचार करत असतो ते म्हणजेच अतिविचार (over-thinking) तुम्ही विचार करत असताना अनेक वेळा तुमच्या मनात घटना आणि परिणाम बदलत राहतात. ही गोष्ट अतिविचाराकडे नेत असते.

पुन्हा एकदा जर आपल्याला खरोखर वाटत असेल तर आपण आपले विचार आपल्या ताब्यात ठेवू शकतो. आपल्याकडे एक व्यक्ती म्हणून मनावर ताबा ठेवण्याची शक्ती आहे. आपले वागणेही आपोआप बदलेल कारण तुम्ही तुमच्या विचारांचे प्रभारी आहात.

विचार करणे ही एक नैसर्गिक प्रक्रिया आहे, एखाद्या गोष्टीबद्दल विचार करणे, त्या गोष्टींवर काम करणे हे आपल्या हातात असते आणि आपण ते करु शकतो. जर तुम्ही अति विचार करणे सुरुच ठेवले तर त्यामुळे कुठलीही झालेली किंवा होणारी गोष्ट

बदलणार नाहिये. जे काय होतंय किंवा घडतंय ते सगळं तुमच्या मनात आहे. तुमची अतिविचार करण्याची पध्दत बंद करा. आणि त्या वेळेचा काहीतरी आवश्यक किंवा अत्यावश्यक गोष्टींसाठी सदुपयोग करा.

प्रेरित कृती -

विचार करा, अतिविचार करु नका आणि वेळ वाचवा.

४८. परिवर्तनशील (लवचिक) रहा पण वचनबध्द रहा

"आपल्या निर्णयाबाबत वचनबध्द रहा, पण आपल्या दृष्टीकोना बाबत परिवर्तनशील रहा."

- टोनी रॉबिन्स (अमेरिकन लेखक, प्रशिक्षक, वक्ते आणि फिलॅन्थ्रॉपिस्ट)

चांगल्या सवयी तयार करताना, लवचिक परिवर्तनशील रहा आणि स्वतःसाठी कठीण राहू नका. साधारणपणे आपल्याला एक गोष्ट सोयीची होते आणि नंतर दुसऱ्या गोष्टीची सवय होणे थोडे कठीण असते. हा मानवी स्वभाव आहे.

नवीन सवयीशी जुळवून घेण्याची भिती बळावते त्यामुळे तुमच्या नवीन सवयीचा प्रयत्न करण्याआधीच ती तुम्हाला सोडून देते. पण जेव्हा तुम्ही नवीन सवयीला चिकटून राहण्याचे ठरवता. कुणीही तुम्हाला थांबवू शकत नाही, त्याप्रमाणे तुम्हाला तुमच्या मेंदूला शिकवावं लागेल. तुम्हाला नवीन सवयीची सवय होत असताना तुम्ही लवचिक / परिवर्तनशील राहू शकता.

मी चेन्नई (तामिळनाडू, भारत) येथे अडीच वर्षे नोकरी करत होतो. जुलै २०२० मध्ये मी माझ्या कुटूंबासोबत जयपूर (राजस्थान) येथे राहायला आलो. जयपूर हे शहर माझ्या ओळखीचे होते कारण मी तिथे आधी पाच वर्ष राहीलो होतो. चेन्नईमध्ये राहत असताना, माझ्यासाठी सकाळच्या काही गोष्टी जसे ध्यान, श्वासाचे व्यायाम, माझा दृष्टीफलक अद्ययावत करणे. माझे एक तासाचे सवयींवरचे परिसंवाद सत्र या सगळ्या गोष्टी सोप्या होत्या. हे सगळं मी सकाळी ७ वाजेपर्यंत आटपत होतो आणि त्यानंतर मी सकाळी फिरायला Morning Walk जात होतो. माझे कार्यालय माझ्या घराच्या जवळ होते त्यामुळे मी या सगळ्या गोष्टी वेळेच्या आत करु शकत होतो. त्यामुळे माझा प्रवासाचा वेळ (येण्या जाण्याचा) कमी जात होता.

जरी मी जयपूर येथे स्थलांतरित झालो तरी सुरुवातीला माझा पहिला आठवडा बऱ्यापैकी आव्हानात्मक होता. प्रत्येक गोष्ट जागेवर लावणे गरजेचे होते, अगदी घरगुती कामे आणि रोजचे सवयीचे सत्रसुध्दा. मी माझ्या रोजच्या दिनक्रमात काहीशी सुधारणा केली. रोजच्या वेळेवर म्हणजे साडेचारला उठणे, रोजच्या सकाळच्या सवयींचा सराव आणि मी माझे सकाळचे सवयींचे सत्र ५.४५-६.४५ वाजता घेण्याऐवजी ६.००-७.०० वाजता सुरु केले. त्यामुळे मला ह्या सगळ्या गोष्टी ७ च्या आत आवरता आल्या, जेणेकरुन मी अजून एखादे काम करुन ७.३० पर्यंत कार्यालयात जाऊ शकतो. जेव्हा मी जयपूरला स्थलांतरित झालो तेव्हा थोडं अवघड होतं. कारण आधी आम्हाला स्थायिक होणे गरजेचे होते. एका आठवड्यासाठी आम्हाला जरा कठीण गेलं पण नंतर मी माझ्या दिनक्रमात थोडा बदल करण्याचे ठरवले, सकाळची वेळ थोडी दुरुस्त केली

आणि पुन्हा माझे सकाळचे सत्र सराव करण्यास सुरुवात केली. हे सर्व जागच्या जागी झाले आणि मी पुन्हा सगळं वेळेत आवरण्यासाठी आणि कार्यालयात वेळेत पोहोचण्यासाठी सक्षम होऊ शकलो.

ही वाऱ्यासह प्रवासाची कल्पना मला 'Zen Habits' (झेन हॅबिटस) नावाच्या पुस्तकावरुन मिळाली.

काही प्रसंग हे अनपेक्षित आणि आपल्या नियंत्रणाबाहेर असतात. जसे की कामावर असताना उशीरापर्यंत चालणाऱ्या मिटींग्स, काही कौटुंबिक कार्यक्रम, भारताबाहेरच्या व्यावसायिक बैठका इ. अशा वेळेस आपल्याला आपली दिनचर्या पाळणं खूप कठीण होऊ शकतं, त्यामुळेच आपण लवचिक परिवर्तनशील राहणं शिकलं पाहिजे. काही परिस्थिती उद्भवल्यास आपल्याला चांगल्या सवयी विसरणे किंवा नव्याने तयार केलेल्या चांगल्या सवयी सुरु ठेवणे सोपे असते आणि तुम्ही तुमचे पुर्वनिर्धारित कार्यक्रम करु शकत नाही, आणि जेव्हा तुम्ही परत पुर्वपदावर येता तेव्हा तुम्ही सराव करत असलेल्या सगव्ळ्या गोष्टी पुन्हा सुरु करणं कठीण होऊन बसतं. एक ते दोन दिवसांचा काळ ठीक आहे पण जर ते अंतर वाढलं तर एक तर तुम्ही सगळं सोडून देता किंवा तुम्हाला सगळ्या गोष्टी पूर्वपदावर आणण्यासाठी अतिरिक्त प्रयत्न करावे लागतात.

जेव्हा तुमच्याकडे वेळेचा अभाव आहे तेव्हा पाच-पाच मिनिटांच्या सवयींचा वापर करा, अगदी तुम्ही पाच मिनिटांचा जरी सराव केला तरी तुमची मेंदूच्या पेशींमधील नवीन सवय मोडणार नाही आणि तुमची सवय अबाधित राहिल.

जेव्हा तुम्ही तुमच्या मानसिकते विषयी लवचिक राहता, तेव्हा तुम्ही नेहमी एखादी गोष्ट करण्यासाठी पर्यायी विचार करता. समजा तुम्ही एखाद्या नव्या शहरात स्थलांतरित झालात, तेव्हा तुम्हाला आधी मिळत होता तसा वेळ मिळेल अशी अपेक्षा ठेवू नका, तुमच्या सवयींचा विचार करा आणि तुमच्या त्या सवयीला सुसंगत ठेवण्यासाठी आणि ती टिकवून ठेवण्याचा विचार करा. जेव्हा तुम्ही असा विचार मनात आणता तेव्हा तुम्हाला भरपूर, विपुल प्रमाणात कल्पना सुचतात; तुम्ही त्या लिहूनही ठेवू शकता. त्यातलीच एखादी कल्पना घ्या आणि ताबडतोब त्यावर काम करायला सुरुवात करा. फक्त पाच मिनिटे विचार करा. फक्त पाच मिनिटे तुम्हाला त्या सवयीचा सराव करायचा आहे, तर मग उठा, स्वतःला पुढे ढकला आणि तो उपक्रम (ते काम) पूर्ण करा.

लवचिक किंवा परिवर्तनशील लोक हे पाण्यासारखे असतात. अगदी एखादा खडक जरी पाणी वाहत असलेल्या मार्गात आला तरी ते पाणी नेहमी स्वतःचा मार्ग तयार करत असते. त्याचप्रमाणे तुम्हालाही तसंच लवचिक व्हावं लागेल जेव्हा ते तुमच्या सवयींबाबत असेल.

एकदा "ब्रुस ली" यांनी असं सांगितलं होतं "मित्रांनो, पाणी व्हा. तुमचे मन रिक्त / रिकामे करा; पाण्यासारखे निराकार, आकारहीन व्हा. जर तुम्ही पाणी बाटलीमध्ये टाकले तर

ते पाणी बाटली बनते. तुम्ही ते चहाच्या भांड्यात टाकले ते पाणी चहाचे भांडे बनते. पाणी वाहू शकते किंवा ते कोसळू शकते म्हणून मित्रांनो पाण्यासारखे व्हा."

प्रेरित कृती -

वचनबध्द रहा आणि तुमच्या सवयींबाबत परिवर्तनशील रहा.

४९. जिंकण्याची सवय

"जिंकणे हे सर्वस्व नाही, ती एकमेव गोष्ट आहे."

- व्हिंस लोम्बार्डी (अमेरिकन फुटबॉल प्रशिक्षक)

सुसंगत राहणे, कायम राहणे, कधीही हार न मानणे आणि चांगल्या गतीने पुढे जात राहणे या गोष्टी तुमच्या स्वबदलाच्या प्रवासात खरोखर खूप महत्वाच्या आहेत. कारण हे जीवन आहे इथे बरेचसे प्रसंग आणि वेळा अशा असू शकतात ज्या प्रतिकूल आणि एखाद्याच्या नियंत्रणाबाहेरील असतात. अशाही काही वेळा आहेत जेव्हा तुम्ही कितीतरी आव्हानांना आणि अडचणींना सामोरे जात असता, अगदी तुमचा हा स्वबदलाचा प्रवास सुरु होण्याआधीही, तुम्हाला भिती वाटू शकते आणि काही नकारात्मक विचार तुमच्या मनात येऊ शकतात.

अशा परिस्थितीत तुम्ही स्वतःला काही प्रश्न विचारले पाहिजेत.

- एक लहान पाऊल टाकण्यापूर्वी मी हार मानावी का?

- कमीत कमी ३० दिवस काम करण्याआधी मी हार मानावी का?

- ९० दिवस काम करण्यापूर्वी मी हार मानावी का?

- ३६५ दिवस काम करण्यापूर्वी मी हार मानावी का?

- ५ वर्षे काम करण्यापूर्वी मी हार मानावी का?

- १० वर्षे काम करण्यापूर्वी मी हार मानावी का?

- २० वर्षे काम करण्यापूर्वी मी हार मानावी का?

तुमच्या मिळालेल्या उत्तरांचं नीट निरिक्षण करा. त्यांची रोजनिशी तयार करा.

तुमची विवेकबुध्दी तुम्हाला तुमची उत्तरं शोधायला मदत करेल. तुम्ही स्वतःलाच माहिती व्हाल; ही हार मानायची वेळ नाही, ही काम करायची वेळ आहे. ज्या क्षणी तुम्हाला तुमचं उत्तर मिळेल तो दिवस आजचा, तुमचा वर्तमान ; तोच हा.

"आज" तो दिवस आहे जेव्हा तुम्ही तुमच्या ध्येयापर्यंत पोचण्यासाठी काहीतरी नियोजन करत आहात.

"आज" तो दिवस आहे जेव्हा तुम्ही स्वतःला क्षमा करता आणि इतरांचीही क्षमा मागता.

"आज" तो दिवस आहे जेव्हा तुम्ही हवं तेवढं हसत. "आज" तो दिवस आहे जेव्हा तुम्ही इतरांना मदत करता.

"आज" तो दिवस आहे जेव्हा तुम्ही तुमच्या जीवनात मिळालेल्या छोट्या छोट्या गोष्टींसाठी कृतज्ञता व्यक्त करता.

या सगळ्या गोष्टी तुम्हाला अत्यावश्यक अशी चालना देतात आणि हा आजचा दिवस तुमच्या आयुष्यात रोज येऊ द्या. आणि तुमच्या कागदावर असलेल्या (तुम्ही ठरवलेल्या) प्रत्येक गोष्टीचा सराव करणे सुरु ठेवा. हार मानू नका; हा तुमचा चमकण्याचा क्षण आहे!

ज्या क्षणी तुम्ही स्वतःला हार न मानण्याचे सांगता त्या क्षणी तुमच्या आतून एक ऊर्जाशक्ती, निर्धार आणि हिंमत येत असते. तुमच्या शक्तीला आणि आत्मविश्वासाला मुक्त करा ! तुमच्या चांगल्या सवयी मोडतील इतका स्वतःला जोर लावू नका. आयुष्यात असे काही टप्पे येतात जे तुम्हाला जाणीव करुन देतात की तुमच्याकडे हार न मानण्याची वृत्ती आहे, ते तुमच्या शरीराला, हृदयाला आणि आत्म्याला ही जाणवू द्या आणि तेही एका नवीन उर्जेसह तुम्ही छोट्या गोष्टींपासून तयार होत आहात. तुम्ही बदलाचा आणि संक्रमणाचा एक आश्चर्यकारक प्रवास अनुभवाल.

प्रेरित कृती -

तुमच्या स्वप्नांबाबत आणि ध्येयांबाबत कधीही हार मानू नका. कारण ही सवय तुम्हाला जीवनाच्या प्रत्येक क्षेत्रात विजय मिळवून देईल.

५०. झोपण्याआधीच येणाऱ्या दिवसाचे नियोजन

"जो पर्यंत तुम्हाला समजत नाही की ठरवलेले काम तुम्ही कसे पूर्ण करणार आहात तोपर्यंत त्या ठरवलेल्या दिवसभराच्या कामाला /कार्याला सुरुवात करु नका. जोपर्यंत तुम्ही नियोजन करणार नाही तोपर्यंत तुमचा दिवस सुरु करु नका."

- जिम रॉन (अमेरिकन व्यावसायिक, लेखक आणि प्रेरणादायी वक्ता)

आदल्या रात्रीच तुमच्या येणाऱ्या दिवसाचे नियोजन करणे हे तुम्हाला तुमची कार्ये अधिक चांगल्या पध्दतीने पार पाडण्यास मदत करते. यशस्वी लोकांना ही आदल्या रात्रीच दिवसभराच्या कामाचे नियोजन करण्याची अद्‌भूत सवय असते, म्हणून ते त्यांच्या येणाऱ्या दिवसाला आकारमान देण्यासाठी तयार असतात. जेव्हा मी माझ्या स्व-विकासाच्या प्रवासाला सुरुवात केली तेव्हा मी सकाळी नियोजन करत असे की कुठली कामे मला दिवसभरात करणे गरजेचे आहे जे की मी काही काळ असेच करत राहिलो जोपर्यंत मी आदल्या रात्रीच नियोजन करणे शिकलो नाही. तुम्हाला तिथेही अडचणींना सामोरे जावे लागते, दिवसभरात तुम्हाला थकवा येऊ शकतो किंवा तुम्ही कुटुंबासोबत वेळ घालवत आहात आणि प्रत्येक वेळी तुम्ही तुमचे येणाऱ्या दिवसाचे नियोजन पुढे ढकलत राहाल. हे सगळं माझ्याबरोबर पण झालं आणि माझी अशी इच्छा होती की या सगळ्याची अंमलबजावणी व्हावी ती पण माझ्या इतर कामांना त्रास न देता.

एका रात्री मी माझा मुलगा चैतन्य बरोबर वेळ घालवत होतो, मी ठरवलं की त्याला काहीतरी काम द्यावं जेणेकरुन तो व्यस्त / मग्न राहील आणि मला माझ्या दिवसभराचे नियोजन करता येईल. असो.. सुरुवातीला मला खात्री नव्हती की माझं काय काम आहे, पण मी त्या वेळी माझ्या मनात येणारी प्रत्येक गोष्ट लिहायची ठरवली. हळूहळू ही गोष्ट सुधारली आणि मी माझ्या येणाऱ्या दिवसाचे नियोजन उत्तम पध्दतीने करु शकलो.

काही वेळा खरोखरंच मला माझे काम टिपून ठेवायला पुरेसा वेळ मिळू शकत नव्हता, मी काही मुख्य शब्द लिहायला सुरुवात केली. मी माझ्या सवयीशी सुसंगत होतो.

मी फक्त नुसता वेळच वाचवू शकलो नाही तर मला सकाळी चांगलीच स्पष्टता आली आणि तोच उत्साह मला दिवसभर पुरला.

रात्री तुम्ही काय लिहीलंय याची खात्री करुन घ्या, तेच तुम्हाला सकाळी उपलब्ध होईल म्हणजे तुम्हाला येणाऱ्या सकाळी कुठल्या कामाला प्राधान्य द्यायचे हे चांगल्या पध्दतीने समजेल. जर तुम्हाला रात्री तुमचे नियोजन करायला वेळ मिळाला नाही तर कमीत कमी त्या कामाबद्दलचे मुख्य शब्द लिहण्याची सवय करा, जे तुम्हाला तुम्ही नियोजन केलेल्या मार्गावर ठेवतील. मी माझ्या सगळ्या विद्यार्थ्यांना माझ्या या आश्चर्यकारक

सवयींबद्दल सांगितले आणि नक्कीच त्यांना ही आदल्या रात्रीच नियोजन करण्यात मदत झाली ही एक सोपी पध्दत आहे आणि लगेच करु शकतो.

प्रेरित कृती -

रात्री फक्त पाच मिनिटे काढा आणि आगाऊ / आधीच तुमच्या दिवसभराचे नियोजन करा.

५१. नाही म्हणायला शिका

आपण वेगवान जगात राहतो आणि आपल्यापैकी बहुतेकांसाठी कामाचे जीवन संतुलन ही एक परिकथा आहे ही जीवनशैली तुम्हाला स्वतःसाठी वेळ देत नाही, जेव्हा जेव्हा आपण स्वतःसाठी वेळ काढत असतो, आपण कुठल्या ना कुठल्या गोष्टीने विचलित होत असतो, आपण काही गोष्टी तपासण्यात वेळ घालवतो, जे अर्थातच काही वेगळ्या गोष्टीसाठी नियोजित होते, काहीतरी जे आम्हाला स्वतःसाठी करायचे होते. विचलित होण्यासाठी "नाही" म्हणा. प्रत्येक वेळी तुम्ही स्वतःसाठी वेळ काढता आणि तुम्हाला काय करायचे आहे हे तुम्ही आधीच नियोजित केले आहे जसे की तुमचे नियोजित ध्येय लिहीणे, स्व-बदलासाठी वेळ देणे आणि अशा बऱ्याचे गोष्टी ज्या सकारात्मक पध्दतीने तुमच्यासाठी फायदेशीर आहेत. जर तुम्ही काहीतरी काम हाती घेतले आहे तर ते काम आधी पूर्ण करा, विनाविलंब! ही वेगळी गोष्ट आहे की काहीतरी तातडीची बैठक किंवा बोलणे होणे आहे, तुम्हाला तिथे हजर राहणे बंधनकारकच आहे. पण जर ती कुठली तरी गोष्ट नंतर होऊ शकणार असेल तर तुम्ही त्यावर वेळ वाया घालवू नका.

प्रेरित कृती -

जोपर्यंत अत्यंत महत्वाचे काम पूर्ण होत नाही, तोपर्यंत नम्रपणे नाही म्हणायला शिका.

५२. सवयींवर लक्ष ठेवण्याची सवय

"जोपर्यंत तुम्ही रोज जे करता त्यात बदल करत नाही तोपर्यंत तुम्ही तुमचे आयुष्य बदलू शकत नाही. तुमच्या यशाचे गुपित तुमच्या रोजच्या दिनक्रमातच दडलेले आहे."

- जॉन सी मॅक्सवेल (अमेरिकन लेखक व वक्ते)

तुमच्या सवयींवर लक्ष ठेवायला शिका. सवयींवर लक्ष ठेवणे म्हणजेच तुमच्या प्रगतीचा पुरावा आहे. तुमच्या सवयींवर लक्ष ठेवण्यासाठी तुम्ही पेपर क्लिप तंत्राचा वापर करु शकता.

एका बॉक्समध्ये काही पेपर्स क्लिप घ्या आणि जेव्हा तुम्ही तुमचे काम पूर्ण केले कि ती पेपर क्लिप तुम्ही दुसऱ्या रिकाम्या बॉक्स मध्ये टाका. म्हणजे दिवसाच्या शेवटी तुम्ही किती काम पूर्ण केलं ते तपासू शकता.

अजून एक सवयींवर लक्ष ठेवण्याचे तंत्र म्हणजे कामाचे मुलभूत स्वरुप एका पेपरवर तयार करणे.

हातात घेतलेले आणि आधीच नियोजन केलेले काम पूर्ण झाले की टिक करा. सवयींवर लक्ष ठेवल्यामुळे तुम्ही निरीक्षण कराल खरंच त्या गोष्टी होत आहेत आणि तुम्ही त्यावर काम ही करत आहात.

याचा सराव केल्याने तुम्हाला अजून आत्मविश्वास आणि निर्धारित वाटेल.

तुम्हाला आठवत असेल असे गृहित धरु नका. हा तुमच्या ट्रॅक रेकॉर्ड वगळून जाण्याची दाट शक्यता आहे.

हळूहळू सवयींवर लक्ष ठेवण्याची सवय ही तुमच्या आयुष्यातली एक आकर्षक गोष्ट (Wow Factor) होऊन जाते.

मी बेंजामिन फॅन्कलिन यांच्या सवयींवर लक्ष ठेवण्याच्या (Habit Tracking) तंत्राबद्दल वाचले आहे. बेंजामिन फॅन्कलिन त्यांच्याकडे एक नोंदवही नेहमी जवळ असायची ज्यात ते त्यांना ज्या गोष्टींमध्ये / सद्‌गुणांमध्ये प्राविण्य मिळवायचे होते त्या गोष्टींकडे नेहमी लक्ष ठेवत असत. त्या तेरा गोष्टी/सद्‌गुण होते. संयम, शांतता, आदेश, निश्चय, काटकसर, उद्योग, प्रामाणिकपणा, न्याय, माफकपणा, स्वच्छता, स्थिरता, पवित्रता आणि विनम्रता. प्रत्येक आठवड्याला अगदी उत्कटतेने ते कुठल्यातरी एका सद्‌गुणाला विकसित करत होते. त्यांनी त्यांच्या नोंदवही मध्ये त्यांचे यशस्वी आणि अयशस्वी झालेले प्रयत्न टिपून ठेवले होते. हळूहळू त्यांनी सगळ्यांवर प्रभुत्व मिळवले, तर सारांश इथे असा आहे की सतत सुसंगतेने लक्ष ठेवावा.

रोज मी माझ्या लेखनावर कसे लक्ष ठेवावे तर माझा असा विश्वास आहे की रोजच्या रोज लेखन हा माझ्या जीवनातला अविभाज्य भाग आहे. ज्याप्रमाणे आपण सकाळी चहा, नाष्टा, दुपारी आणि रात्री जेवण घेतो त्याचप्रमाणे सामग्री लेखन (Content Writing) ही महत्वाचे नाही का? सातत्य खंडीत न होऊ देणे हे माझे लक्ष्य आहे. लोक बघतील कि नाही. याकडे मी लक्ष देत नाही. पण रोजच्या लेखनाकडे लक्ष देतो आणि प्रत्येक दिवशी एक सामग्री / (Content) विषय एकने वाढवत जातो.

सुसंसतता (सातत्य) हा एक खूप शक्तीशाली मंत्र आहे. मी माझ्या काम करण्याच्या (To-do list) यादी मध्ये काही मुद्दे तयार करुन ठेवतो आणि त्याप्रमाणेच मी प्रत्येक कामावर लक्ष ठेवेन अशी खात्री करुन घेतो.

प्रेरित कृती -

तुमची प्रगती मापण्यासाठी/मोजण्यासाठी तुमच्या सवयींवर लक्ष ठेवायला शिका.

५३. सवयी आणि मेंदूचा संबंध(नाते)

सवयी आणि मेंदूचे खूप मजबूत नातेसंबंध आहेत. जितकी जास्त तुम्ही तुमच्या वर्तनाची पुनरावृत्ती कराल, तितके जास्त आपल्या मेंदूतील पेशीतील न्युरॉन्स मजबूत मार्ग तयार करतात आणि तुमच्या पुनरावृत्तीमुळे तो अजून मजबूत होतो आणि हेच कारण आहे की तुमचे वर्तन पुन्हा पुन्हा करण्याचे सल्ले सवयींच्या सरावामध्ये दिले जातात. हे सगळं वारंवारतेबद्दल आहे आणि तुम्ही किती वेळा पुनरावृत्ती करता त्याबद्दल आहे.

न्युरोसायंटिस्टच्या मते, सवय तयार करणे हे बेसल गँग्लीया (Basal ganglia) (म्हणजे मेंदूच्या तळाशी असलेले मज्जापेंशीचे पदार्थांचे पुंजके) याच्याशी जोडलेले असते. जो मेंदूचाच एक भाग आहे आणि तो काही नमुने आणि आठवणींच्या विकासात महत्वाची भूमिका बजावतो.

अवचेतन (सुप्त) मनावर या प्रत्येक नमुन्याचा (pattern) आणि प्रत्येक कृतीचा (action) खूप मोठा प्रभाव पडतो.

साधारपणे, हे नेहमी जागरुक मनाबद्दल असते जे आपल्या मेंदूच्या मुख्य विचार प्रक्रियेवर नियंत्रण ठेवत असते. अवचेतन (सुप्तता) ही मेंदूतील एक शक्तिशाली प्रभावी यंत्रणा आहे. सजग मन (जागृत मन) ओळखत नसलेल्या या सर्व गोष्टींची जाणीव व्यापून टाकते. सवयी तयार करणे हा आपल्या अवचेतन मनाचाच एक भाग आहे.

पुनरावृत्ती आणि सराव या दोन गोष्टी सवयी निर्माण करायला मदत करतात.

५ मिनिटांचे जादुई सवयींचे पुष्टीकरण(अनुमोदन)

तुमचा उजवा हात तुमच्या हृदयावर ठेवा आणि हे पुढील पुष्टीकरणाचे वाक्य (संवाद) म्हणा:

१. मी दररोज चांगल्या सवयी लावून घेण्यासाठी वचनबध्द आहे.

२. मी माझे ध्येय मिळविण्यासाठी एक दिवसासाठी, आठवड्यासाठी, महिन्यासाठी आणि दीर्घ काळासाठी वचनबध्द आहे.

३. मी दररोज स्वबदलात सहभागी होण्यास वचनबध्द आहे.

४. मी दररोज माझ्या आरोग्यासाठी वेळ देण्यास वचनबध्द आहे.

५. मी दररोज माझ्या चेहऱ्यावर हसू आणण्यासाठी वचनबध्द आहे.

६. मी दररोज उच्चविचारांमध्ये सहभागी होण्यासाठी वचनबध्द आहे.

७. मी काहीही करुन माझे रोजचे काम पूर्ण करण्यास वचनबध्द आहे.

८. मी दररोज माझ्या भावनांना आणि विचारांना नियंत्रणात ठेवण्यासाठी वचनबध्द आहे.

९. मी दररोज माझी आर्थिक स्थिती सुधारण्यास वचनबध्द आहे.

१०. मी दररोज कुठल्याही परिस्थितीत आनंदी राहण्यास वचनबध्द आहे.

* यशस्वी लोकांच्या सवयी: -

- **श्री. नरेंद्र मोदी**
- हे सकाळी ५ वाजता उठतात.
- ते त्यांच्या दिवसाची सुरुवात सूर्यनमस्कार, प्राणायाम आणि योगक्रियेने करतात.
- ते सकाळी ८ वाजता नाष्टा करतात.

- **श्री. मुकेश अंबानी**
- हे सकाळी ५.०० ते ५.३० च्या मध्ये उठतात.
- त्यानंतर ते जिमला जाण्यासाठी प्राधान्य देतात.
- त्यानंतर बातम्या वाचणे आणि कठोर शाकाहारी आहाराची सवय.
- संपूर्ण आणि सगळे रविवार ते कुटुंबासोबत असतात.

- **इन्द्रा नूयी**
- स्वतःला अध्यक्ष असल्याची कल्पना.
- विशिष्ट कौशल्ये विकसित करतात.
- सर्वात आधी ग्राहक व्हा.

- तुमच्या समर्थकांना मान्यता द्या.
- शूर व्हा.

ओपरा विन्फ्रे

- व्यायामाने आपल्या दिवसाची सुरुवात करतात.
- त्या स्वतःसाठी वेळ काढतात.
- दररोज कृतज्ञतेचा सराव करतात.
- त्या आर्थिक बाबतीत उच्चस्थानी असतात.
- त्या दररोज ताज्या भाज्या खातात.

श्री. नारायण मूर्ती

- त्यांनी त्यांचे वैयक्तिक आणि व्यावसायिक जीवन साधे सरळ ठेवले आहे.
- त्यांचा बऱ्यापैकी वेळ भौतिकशास्त्र, गणित आणि कॉम्प्युटर सायन्सची पुस्तके वाचण्यात जातो.
- ते संगीतही ऐकतात.
- मित्रांसोबत वेळ घालवतात.

श्री. रतन टाटा

- सकाळी सहा वाजता उठतात.
- सकाळी फिरायला जायला प्राधान्य देतात.
- फिरणं झाल्यानंतर इमेल्स आणि मिटींग्जचे वेळापत्रक तयार करतात.

श्री. टिम कूक (C.E.O.APPLE)

- सकाळी ४.३० वाजता उठतात.
- इमेल्स ना उत्तरं देतात.

- जिमला जातात आणि त्यानंतर पौष्टिक खाद्य घेतात.
- ते शारीरिक हालचालींबाबत खूप उत्साही असतात. जसे की सायकलिंग, पायी चालणे किंवा चढणे, जिम करणे.
- ते खूप कामसू आहेत. प्रत्येक रविवारी संध्याकाळी ते त्यांच्या मॅनेजर लोकांसोबत एकत्र व्हिडीओ कॉन्फरन्स द्वारे पुढच्या आठवड्याच्या कामाची तयारी करतात.
- ते सर्वांच्या आधी कार्यालयात येतात आणि सर्वात शेवटी कार्यालय सोडतात. ते ख्रिसमस, नवीन वर्षाची सुरुवात या सुट्टीतही काम करतात. त्यांना इतरांकडूनही कामाच्या बाबतीत अशीच वृत्ती अपेक्षित आहे.

- **श्री. अॅन्थोनी रॉबिन्स (लेखक, वक्ते आणि व्यावसायिक)**

- सकाळी ५ वाजता उठतात.
- सकाळी जिमला जातात आणि ०.५ लि. पाणी पितात.
- प्रेरणादायी पुस्तके वाचतात.
- ध्यानधारणा करतात.
- ते त्यांच्या कल्पना दृष्टीत आणण्याचा सराव करतात.
- रोज सकाळी ते १५ मिनिटे स्वतःची काळजी घेण्यासाठी देतात. ह्या वेळात ते शारीरिक व्यायाम आणि श्वासाचे व्यायाम करतात, ते कृतज्ञतेचा आणि शेवटी पुष्टीकरणाचा सराव करतात.

सौजन्य : गुगल

सवय परिवर्तन : -

इथे मला माझ्या काही विद्यार्थ्यांचे अनुभव सांगायला खूप आनंद होत आहे.

नवीन कुमार:

ते एक सीएमए विद्यार्थी आहेत. नवीन सांगतात - एप्रिल २०२० मध्ये मी फेसबुक वर एक पोस्ट पाहिली. ती पोस्ट मनोरंजक होती आणि त्यात व्यावहारिक माहिती होती की "सकाळी ८.३० वाजता का उठले पाहिजे?" मी श्री. हेमसिंहजीच्या फेसबुक प्रोफाईल वर जाऊन सवयींच्या संबंधित अजून पोस्ट वाचल्या आणि मला त्यांचे शब्द जाणवले.

नंतर मी "लाईफ चेंजिंग हॅबिटस" या परिसंवादातून बरेच शिकलो. मी असा विचार केला की त्यांच्याकडून काही शिकायचे असेल तर परिसंवाद हा एक माध्यम आहे. मी लगेचच श्री. पाटले यांना व्हॉटस ॲपवर एक मेसेज पाठवला की "मला कळेल का की पुढचा "लाईफ चेंजिंग" परिसंवाद कधी आहे?"

मला हा मेसेज आल्यावर खूप आनंद झाला, आणि हा परिसंवाद येत्या रविवारी आहे असे मी त्यांना सांगितले. मी त्या रविवारची अगदी उत्कटतेने वाट बघू लागलो. वाह ! मी हा परिसंवाद करु शकलो; किती चांगला परस्पर संवाद सत्र होतं ते!!

३ मे २०२०, ही तारीखही मला चांगली आठवत आहे जेव्हा मी ध्यान, पुष्टीकरण, दृष्टीपथ, स्व-सहाय्य पुस्तकाचे वाचन, व्यायाम आणि काहीतरी लिहिण्याचे फायदे शोधले म्हणून, मी परिसंवादामध्ये जे शिकलो त्या सर्व गोष्टी करायचे ठरवले आणि माझ्या मधले बदल निरिक्षण करण्यास सुरुवात केली. श्री. हेमसिंह यांनी मला पुस्तके वाचण्यास सांगितले आणि स्व. सहाय्य पुस्तके वाचण्यास सुरुवात करण्यास सांगितले. त्यांनी मला माझ्या सवयींवर पुढचे २१ दिवस लक्ष ठेवण्यास सांगितले आणि त्याप्रमाणे मी त्यांनी सांगितलेल्या गोष्टी करण्यास सुरुवात केली. सुरुवातीला, मी लवकर उठण्यास, स्व. सहाय्य पुस्तके वाचण्यास, व्यायाम, ध्यान या गोष्टीसाठी ५ मिनिटांपासून सुरुवात केली आणि हळूहळू ती वेळ मी सरांच्या मार्गदर्शनाखाली ३० मिनिटांपर्यंत वाढवली.

जेव्हा मी इकिगाई (IKIGAI) (Japanese Secret to a Long and Happy Life) हे हेक्टर गार्शिया आणि फ्रान्सीस मिरेल या लेखकांचे पुस्तक वाचत होतो तेव्हा लक्षात आलं की लेखक वाचकांना उद्देशपूर्ण जीवन जगण्यासाठी त्यांच्या इकिगाईचे अनुसरण करण्यास सुचवतात. माझे इकिगाई शोधण्याचा माझा शोध चार गोष्टींचा विचार करुन सुरु झाला. माझ्यात काय चांगले आहे? मी कशावर प्रेम करतो ? जगाला कशाची गरज आहे? आणि मला कशासाठी पैसे दिले जाऊ शकतात?

या मिशनवर (कार्यावर) काही दिवस घालवले असता, शेवटी मला माझे "इकिगाई" सापडले पण त्यात शंका होतीच, आणि माझ्यासाठी काम करेल का याबद्दल आश्चर्य वाटले... मी साशंक होतो कारण लहानपणापासूनच मी एक अंतर्मुख मुलगा आहे, आत्मविश्वासाचा अभाव, अतिविचार, स्वतःची खराब प्रतिमा आणि नवीन गोष्टी अनेक वेळा प्रयत्न करुनही मिळालेले अपयश.

२१ दिवसांच्या आव्हानानंतर मी माझ्या पुस्तकातून शिकलेल्या गोष्टी आणि सवयी शेअर (सामायिक) केल्या. हेमसिंह सरांनी माझे कौतुक केले आणि मला विचारलं की मला माझी आवड सापडली का? मी म्हटलं, "मला इतक्या वर्षांत मिळालेल्या माहितीच्या, ज्ञानाच्या आधारे मला इतरांना मदत करायची आहे, मला विश्वास आहे की मला माझं इकिगाई सापडलं आहे."

श्री. हेमसिंह सरांनी मला प्रोत्साहन दिले की माझी आवड जपावी. तसेच त्यांनी मला मार्गदर्शन केले.

इथेच मी माझ्या स्व. बदलाच्या प्रवासाला सुरुवात केली आणि अगदी एक महिन्याच्या आत सरांच्या मार्गदर्शनाखाली, मी निरीक्षण केलं की बदल घडत आहे, मी अजून आरामशीर झालो होतो. मी कृतज्ञ, सकारात्मक झालो आणि आत्मविश्वास बाळगायला शिकलो. मी जुन्या सवयींवर मात केली ज्यांनी मला काहीही दिले नाही आणि हाच आयुष्य बदलून टाकणारा अनुभव आहे.

सुरुवातीला मला व्हिडीओज बनविण्यात जास्त आत्मविश्वास वाटत नव्हता, मी संकोच करे पण सरांनी मला समजावले की संकोच करणे ठीक आहे, पण कोणीही इतका परिपूर्ण नसतो, आपण सर्वजण कुठे ना कुठेतरी सुरुवात करतंच असतो. माझा आत्मविश्वास वाढवण्यासाठी हे खूप गरजेचे होते आणि यापुढे माझ्यासाठी काहीही महत्वाचे नाही. माझा आत्मविश्वास वाढला आणि आता मी लोकांशी बोलण्यास आणि संबंध जोडण्यास संकोच करत नाही.

श्री. हेमसिंह पटले हे एक खरा मार्गदर्शक आहेत. ते एकदम साध्या पण प्रभावीपणे मार्गदर्शन करतात. ते काळजी घेतात, नेहमी भेटण्यासाठी (आपल्यापर्यंत पोहोचण्यासाठी) आणि मदत करण्यासाठी कायम तयार असतात. जर तुम्ही एखाद्या (आश्चर्यकारक) अद्‌भुत मार्गदर्शकाच्या शोधात असाल तर मी श्री. हेमसिंह पटले यांची नेहमी शिफारस करेन.

संदर्भ

1. You can Heal your life - Louise Hay: Hay Publication.

2. Who will cry when you die? Robin Sharma: JAICO Books.

3. High Performance Habits - Brendon Burchard: Hay House.

4. The 80/20 Principles - Richard Koch: Currency books

5. Mini Habits - Stephen Guise: Wisdom Tree India.

6. Miracle Morning Millionaires - Has Elrod David Osborn with Honouree Carder.

7. IKIGAI the Japanese Secrets to a long and Happy life: Hector Garcia And Francesc Miralles.

8. The one thing: Gary Keller with Jay Papasan: Hacheffe India.

9. The Richest Man in the Babylon: George Clason: Finger Print Classics.

10. Mastery: Robert Greene: Profile Books.

11. Secrets of the Millionaire Mind: T. Harv Eker.

12. The Power of Habit: Charles Duhigg

13. Atomic Habits: James Clear: Rtt Business books.

14. The Habit of Winning: Prakash Iyer: Portfolio Penguin

तुमच्या संदर्भासाठी निवडलेली पुस्तके

1. The power of subconscious Mind by Dr. Josef Murphy.
2. High Performance Habits by Brendon Burchaed.
3. The one thing by Garry Keller with Jay Papasan.
4. Psycho - Cybernetics by Maxwell Malts.
5. The 10X Rule by Grand Cardon.
6. You can Heal your life by Louise hay.
7. Atomic Habits by James Clear.
8. Start with WHY by Simen Sinek.
9. IKIGAI by Garcia Hector.
10. One small step can change your life by Maurer.

www.ingramcontent.com/pod-product-compliance
Lightning Source LLC
LaVergne TN
LVHW010551070526
838199LV00063BA/4937
9789334140019